Olufẹ, Yiyan ati Gbogbo:

Irin-ajo Ọjọ 30-Ọjọ lati Ijusile si Imupadabọ

Nipasẹ

Zakaria Godseagle ;

Ambassador Monday O. Ogbe ;

Itunu Ladi Ogbe

-

Zacharias Godseagle;

Ambassador Monday O. Ogbe;

Comfort Ladi Ogbe

Aṣẹ-lori Page

Apẹrẹ Ideri nipasẹ Ẹgbẹ Ọlọrun Eagle
Ti a tẹjade ni Orilẹ Amẹrika ti Amẹrika
Ẹda Kinni, 2025

Atejade nipa
Zachariah Godseagle ati
Olorun Eagle Ministries – GEMs
https://www.otakada.org

Fun awọn igbanilaaye, awọn ibeere, tabi iwe-aṣẹ ẹgbẹ, jọwọ kan si: Ambassador@otakada.org

Nipa Iwe

Ṣe o rẹrẹ ti rilara aifẹ, aṣemáṣe, tabi bi iwọ kii yoo ṣe iwọn bi?
Olufẹ, Ti a yan ati Odidi: Irin-ajo Ọdun 30 lati Ijusilẹ si Ipadabọ jẹ diẹ sii ju ifọkansin kan lọ—o jẹ ifiwepe fifunni lati tun ṣe awari iye otitọ rẹ, gba idanimọ rẹ pada, ati dide sinu kikun ti ẹniti Ọlọrun dá ọ lati jẹ.

Ti a kọ lati awọn iwoye ọkunrin ati obinrin ati ibaraenisepo pẹlu alagbara, awọn itan ẹdun ti Michael ati Grace, irin-ajo iyipada yii nfunni ni iwosan ojoojumọ nipasẹ iwe-mimọ, awọn iṣaro inu ọkan, awọn adura ilana, ati iwe akọọlẹ itọsọna. Boya o n koju awọn ọgbẹ lati igba ewe, awọn ibatan, iṣẹ-iranṣẹ, tabi adari, iwe yii yoo rin ọ lati ẽru ti ijusile sinu ẹwa ti imupadabọ.

Iwọ yoo kọ ẹkọ bi o ṣe le:

- ***Ya kuro ninu awọn irọ ti aiyẹ ati iyemeji ara-ẹni***
- ***Pa ipalọlọ iwoyi ti awọn ọdaran ti o kọja ati awọn ọgbẹ ẹdun***
- ***Gba idanimọ ti Ọlọrun fifun rẹ gẹgẹbi ifẹ, ayanfẹ, ati odindi***
- ***Dariji jinna ki o si rin li alafia***
- ***Ṣawari idi ati lo itan rẹ lati ṣe iwosan awọn miiran***

Ọjọ kọọkan yoo fa ọ sunmọ ọkan Baba, sọ ọkan rẹ sọtun ati mimu-pada sipo ọkàn rẹ. Eyi ni akoko rẹ. Eyi ni iwosan rẹ. Eyi ni **irin-ajo rẹ pada si pipe** . Pẹlu ifẹ lati ọdọ **Sakariah; Amb . Ogbe , and Comfort Ladi**

Awọn Koko-ọrọ fun Olufẹ, Ti yan ati Gbogbo: Irin-ajo Ọjọ 30-Ọjọ lati Ijusilẹ si Imupadabọ -

- *Iwosan lati ijusile devotional*
- *Christian devotional fun iwosan*
- *Bibori ijusile pẹlu igbagbọ*
- *30-ọjọ devotional fun imolara iwosan*
- *Ifarafun fun awọn ọkàn ti o fọ*
- *Wiwa idanimo ninu Kristi devotional*
- *Ìmúpadàbọ̀sípò lẹ́yìn ìkọ̀sílẹ̀ ìkẹ́kọ̀ọ́ Bibeli*
- *Ife Olorun ati isunsin iwosan*
- *Christian devotional fun ara ẹni*
- *Itọsọna adura fun ijusile iwosan*
- *Imolara iwosan Bible devotional*
- *Ìfọkànsìn fún ìmúpadàbọ̀sípò ẹ̀mí*
- *iwosan lati abandonment devotional*
- *Ifọkanbalẹ fun fifọ ati iwosan*
- *Irin ajo lọ si isọdọtun devotional*
- *Ifọkanbalẹ lori gbigba Ọlọrun*
- *Ìfọkànsìn iwosan ti o da lori igbagbọ*
- *Iwe imoriya Christian devotional iwe*
- *Ifarafun fun bibori ijusile ati irora*
- *Ifọkanbalẹ pẹlu itọsọna adura fun iwosan*

Ìyàsímímọ́

Si gbogbo eniyan ti o ti rilara aiyẹ, ainifẹ, airi, tabi aifẹ — Iwe yii wa fun ọ.

Si ọmọ ti a kọ silẹ, olori ti a da silẹ, oko ti a kọ, ọrẹ ti a fojufofo- Irin-ajo yii ni iwosan rẹ.

Si gbogbo ọkunrin ati obinrin ti o ti kigbe ni ipalọlọ, ṣiyemeji iye wọn, ti o si beere aaye wọn
Iwọ kii ṣe nikan.

Ati fun Eni ti o ri,, wosan, tun mu pada, ti ko si ko – Jesu Kristi Olurapada wa — Gbogbo ogo ati ola ni ti Re.

Awọn iyin

Lákọ̀ọ́kọ́, a fi gbogbo ògo fún **Ọlọ́run Olódùmarè** , Olùwòsàn àwọn ọkàn ìròbìnújẹ́, Olùmúpadàbọ̀sípò kádàrá, àti Ẹni tí kò kọ àwọn tí ó wá sọ́dọ̀ Rẹ̀ rí.

Si **Ẹmi Mimọ** , Olutunu wa, Oludamoran, ati Alabaṣepọ nigbagbogbo-ṣeun fun mimi igbesi aye sinu awọn oju-iwe wọnyi ati didari gbogbo ọrọ pẹlu idi.

Si awọn **ọkunrin ati awọn obinrin ti awọn itan wọn ṣe atilẹyin ifọkansi yii** , boya taara tabi ni aiṣe-taara — o ṣeun fun ailagbara ati igboya rẹ. Awọn irin ajo rẹ leti wa pe ko si irora ti o padanu ni ọwọ Ọlọrun.

Sí àwọn **alágbàwí, olùdámọ̀ràn, àti àwọn bàbá àti ìyá ti ẹ̀mí** tí wọ́n ti gbàdúrà, sọtẹ́lẹ̀, tí wọ́n sì tú sínú ìran yìí—ìtìlẹ́yìn yín ti jẹ́ ìpìlẹ̀.

Paapaa a fẹ lati dupẹ lọwọ Billy Graham ti iranti ibukun fun ilowosi lori **BAWO NI ATUNBI. Nitorinaa o ṣe pataki si ilana imularada ati imupadabọsipo. Olorun bukun fun O!**

Si awọn **egbe ni Olorun Eagle Ministries – GEMs** , o ṣeun fun rẹ unflinching support ati tireless ifaramo si itankale iwosan ati otitọ ni ayika agbaiye.

Si gbogbo eniyan ti o ti rin nipasẹ ijusile ti o si tun ni igboya lati gbagbọ lẹẹkansi- **iwe yii jẹ oriyin fun ifarada rẹ.**

Ati fun ọ, oluka - o ṣeun fun ṣiṣi ọkan rẹ si iwosan. Jẹ ki irin-ajo yii ṣamọna ọ sinu igbesi aye imupadabọ, idanimọ, ati ipinnu atọrunwa.

Ifaara

Ijusilẹ jẹ ọkan ninu awọn iriri irora julọ ni igbesi aye. O wa laiparuwo, ṣugbọn o sọrọ gaan. O nfọkanbalẹ pe o ko dara to, ko fẹ, ko yẹ. Boya o wa lati ọdọ obi kan ti o lọ kuro, alabaṣepọ kan ti o da ifẹ rẹ han, olori ti ko gbagbọ ninu rẹ, tabi eto ti o ṣaju rẹ-o fi ami silẹ lori ọkàn.

Mo ti rin nipasẹ ijusile. Mo ti nímọ̀lára oró ti dídi ẹni tí kò dáni lẹ́jọ́, tí a pa tì, àti àìrí. Ṣùgbọ́n mo tún ti ṣàwárí ohun kan tí ó tóbi jù: ìfẹ́ tí kì í kùnà láé, ohùn kan tí ó pè mí ní àyànfẹ́, àti ìwòsàn tí kò sí ọgbẹ́ kan tí ó lè dúró. Awari ti o bi ijosin yi.

"Olùfẹ́, Àyànfẹ́ àti Odidi" kì í ṣe orúkọ oyè lásán—o jẹ́ ìdámọ̀ àtọ̀runwá rẹ.

Irin-ajo ọjọ-ọgbọn yii jẹ ti a ṣe pẹlu aanu, Iwe-mimọ, ati awọn itan-aye gidi lati ṣe iranlọwọ fun ọ lati lọ kuro ni ojiji ti ijusile sinu imọlẹ imupadabọ. Iwọ yoo pade **Michael** ati **Grace** , awọn ohun ibaramu meji ti o ṣe afihan awọn ijakadi ati awọn iṣẹgun ti gbogbo wa dojuko ninu ogun lati jẹ. Nipasẹ awọn itan wọn - ati ti tirẹ - iwọ yoo ṣe afihan otitọ, koju awọn irọ, ati tun ṣawari Ẹniti ko kọ ọ rara: Ọlọrun.

Ọjọ kọọkan n fun ọ ni:

- **Itan ti o jọmọ lati fa ọ wọle**
- **Òtítọ́ láti inú Ìwé Mímọ́ láti dá ọ dúró**
- **A otito lati aruwo ọkàn rẹ**
- **Adura lati ṣe deede ẹmi rẹ**
- **Iwe akọọlẹ kan tọ lati ṣe iranlọwọ fun ọ lati ṣe ilana imularada rẹ**

Iwe yii jẹ aaye ailewu rẹ. Ó jẹ́ fún àwọn onírònbìnújẹ́-ọkàn, àwọn alágbára ṣùgbọ́n tí ó rẹ̀, àti àwọn tí ń jìyà ìdákẹ́jẹ́ẹ́. Boya o n ka eyi lati ibi ti irora titun tabi lati awọn aleebu ti o tun ni irora, Mo fẹ ki o mọ:

Iwọ ko dawa. O ti wa ni jinna feran. O ti yan. Ati bẹẹni-o ti wa ni odindi.

Jẹ ki eyi jẹ aaye iyipada rẹ. Jẹ ki eyi jẹ atunṣe rẹ.

Kaabo si irin-ajo iwosan rẹ.

Ifiranṣẹ si Awọn oludari Ẹgbẹ ati Awọn oluranlọwọ

Eyin Olori elegbe,
O ṣeun fun ọkan rẹ lati rin pẹlu awọn miiran lori irin ajo wọn lati ijusile si imupadabọ. Ise mimo ni iwo nse.

A ṣe apẹrẹ ifọkansin yii kii ṣe fun iṣaro ti ara ẹni nikan ṣugbọn tun fun awọn ẹgbẹ kekere, awọn ile-iṣẹ iwosan, awọn iyika adura, ati awọn eto imọran. Ọjọ kọọkan nfunni ni awọn akori ti o lagbara, Iwe-mimọ, ati awọn iriri igbesi aye gidi ti o le tan ibaraẹnisọrọ ti o jinlẹ ati iyipada ni agbegbe ẹgbẹ kan.

Eyi ni awọn imọran diẹ lati ṣe iranlọwọ fun ọ ni irọrun daradara:

- *Ṣii igba kọọkan ninu adura, pipe Ẹmi Mimọ lati mu iwosan ati oye wa.*

- *Ka ìfọkànsìn ojoojúmọ́ sókè, lẹ́yìn náà gba àyè sílẹ̀ fún àwọn ọmọ ẹgbẹ́ láti ṣàfihàn ẹnì kọ̀ọ̀kan.*

- *Lo awọn ibeere iṣaroye lati dari otitọ, ibaraẹnisọrọ ti ọwọ.*

- *Ṣe iwuri fun iwe iroyin, ṣugbọn jẹ ki pinpin jẹ iyan — diẹ ninu iwosan n ṣẹlẹ ni ipalọlọ.*

- *Pari pẹlu ikede adura, sisọ rẹ papọ gẹgẹbi agbegbe ti igbagbọ.*

- *Ṣẹda aaye ti oore-ọfẹ, asiri, ati aisi idajọ-eyi ṣe pataki fun iwosan ti o jinlẹ.*

- O tun le fẹ lati ya akoko pataki kan sọtọ ni Ọjọ 30 fun awọn ẹri, ijosin, tabi adura fifisilẹ fun awọn olukopa ti wọn ntẹsiwaju sinu idi lẹhin iwosan.

Ranti : iwosan jẹ irin-ajo, kii ṣe opin irin ajo. Olori rẹ, itarara, ati ifamọ ti ẹmi jẹ awọn bọtini si ṣiṣi ominira ninu awọn miiran. Bí Ọlọ́run ṣe ń lo ìwé yìí, kí Ó tún lè lò ó láti jẹ́ ohun èlò ìtùnú àti ìmúpadàbọ̀sípò Rẹ̀.

Pẹlu ọpẹ ati adura jinna,
Zachariah Godseagle ; Ambassador Monday O. Ogbe ; Itunu Ladi Ogbe
God's Eagle Ministries – GEMs
www.otakada.org

Awọn iṣeduro pataki fun awọn ile ijọsin/Awọn ile-iṣẹ ijọba

- **Pese ifọkansin yii gẹgẹbi apakan ti ipolongo iwosan ọjọ 30 kan.** Ṣe igbega ni awọn iṣẹ, awọn ikẹkọ Bibeli, tabi awọn akoko igbimọran pataki.
- **Lo ninu itusilẹ ati awọn iṣẹ iwosan inu.** Awọn akori ni ibamu daradara pẹlu imupadabọsipo ti ẹmi ti o jinlẹ.
- **Ṣafikun awọn ijẹrisi** ni opin ọjọ-ọjọ 30 fun iwuri ati idagbasoke.
- **Wo awọn eto atẹle** lori wiwa idi, iye ara ẹni, ati idagbasoke ti ẹmi lati tẹsiwaju iyipada naa.

Iwe-aṣẹ & Lilo Ẹgbẹ:
Fun awọn ẹda olopobobo tabi iraye si ẹgbẹ oni-nọmba, jọwọ kan si wa ni Ambassador@otakada.org fun awọn ẹdinwo iṣẹ-iranṣẹ tabi awọn ẹya adani fun agbari rẹ.

Jẹ ki irin-ajo yii jẹ diẹ sii ju ifọkansin lọ—jẹ ki o di iṣipopada ti iwosan, ominira, ati imupadabọsipo atọrunwa kọja Ara Kristi.

Itọnisọna Olukọni Afikun: Fun Awọn ile ijọsin, Awọn ile-iṣẹ ijọba, ati Awọn ẹgbẹ Iwosan

Idi:
Ifọkansin yii jẹ apẹrẹ fun **lilo ninu awọn ile ijọsin, awọn ile-iṣẹ iwosan, awọn ẹgbẹ igbimọran, ati atilẹyin awọn ẹlẹgbẹ** nibiti awọn eniyan n wa pipe lati ẹdun, ẹmi, ati awọn ọgbẹ ibatan.

Ilana Ẹgbẹ ti a daba (Lilo Ọsẹ tabi Lojoojumọ):

1. **Adura Ibẹrẹ & Ijọsin (5–10 min)**
   Kaabọ Ẹmi Mimọ si aarin rẹ ki o ṣẹda afefe ti alaafia ati ṣiṣi.
2. **Kika Ifọrọwanilẹnuwo (5–10 min)**
   Ka titẹ sii lojoojumọ soke tabi fi si iwaju akoko. Yipada awọn oluka ni ọsẹ kọọkan lati ṣe ikopa.
3. **Iṣalaye Ẹgbẹ (20–30 min)**
   Lo awọn ibeere itusilẹ lati mu ifọrọwerọ han gbangba. Ṣe iranti awọn olukopa pe eyi jẹ aaye ailewu ati aṣiri.
4. **Iwe Iroyin Ti ara ẹni (10 min)**
   Gba akoko laaye fun sisẹ olukuluku. Awọn iwe iroyin le jẹ pinpin atinuwa.
5. **Àdúrà & Àbẹ̀bẹ̀ (10–15 min)**
   Gbàdúrà lórí àwọn ọ̀rọ̀ pàtó tí a jíròrò. Pari igba kọọkan pẹlu ikede adura iwosan to wa.
6. **Ifaramo Iṣe**
   Gba awọn ọmọ ẹgbẹ ni iyanju lati fi ẹkọ ọjọ yẹn silo lọna ti o wulo—boya o ṣe idariji, ṣiṣaro lori Iwe Mimọ, tabi kikọ lẹta kan si Ọlọrun.

Itan ti Michael ati ireti

Michael dagba ni ile kan nibiti ifẹ ti ṣọwọn ati itẹwọgba paapaa diẹ. Bàbá rẹ̀, tí ó jẹ́ akíkanjú àti ọkùnrin jíjìnnà réré, ṣọ̀wọ́n sọ àwọn ọ̀rọ̀ ìmúdájú. Ìyá rẹ̀, tí àwọn ìjàkadì ìgbésí-ayé rẹ̀ bò ó, sábà máa ń pa àwọn àìní ìmọ̀lára rẹ̀ tì. Lati ọjọ-ori ọdọ, Michael ṣe ifiranšẹ irora kan: ko to. Mahopọnna lehe e tẹnpọn do sọ, e tindo numọtolanmẹ mayinukundomọ, mẹhe ma yiwanna ẹn, bosọ gbẹ́ ẹ dai.

Ní ilé ẹ̀kọ́, Michael ń tiraka láti wọlé. Àwọn ọ̀rẹ́ rẹ̀ wá, wọ́n sì ń lọ, àmọ́ ó máa ń ṣe é bíi pé àjèjì máa ń wọlé. Bí àkókò ti ń lọ, ìkọ̀sílẹ̀ náà di òjìji—òjìji kan tí ó ń tẹ̀ lé e níbi gbogbo, tí ń sọ̀rọ̀ kẹ́lẹ́kẹ́lẹ́ nípa ìníyelórí rẹ̀.

Bí Michael ṣe ń dàgbà sí i, ìkọ̀sílẹ̀ jíjinlẹ̀ yìí nípa lórí gbogbo apá ìgbésí ayé rẹ̀—ìbáṣepọ̀, iṣẹ́-ìṣe, àti ìjẹ́wọ́ ara ẹni. Ó bẹ̀rù ìbánidọ́rẹ̀ẹ́, ó ń retí pé kí àwọn ẹlòmíràn fi òun sílẹ̀ tàbí kí wọ́n kọ òun sílẹ̀. O ṣiyemeji lati lepa awọn ala rẹ, ni idaniloju pe ko yẹ fun aṣeyọri. Irora naa jẹ idakẹjẹ ṣugbọn igbagbogbo, ẹwọn eru ti ko le fọ.

Ni ọjọ kan, ni aaye ti o kere julọ, ọrẹ kan fun u ni ifọkansi kan ti akole *Ti o nifẹ, Ti yan ati Odidi: Irin-ajo Ọjọ 30-Ọjọ lati Ijusilẹ si Imupadabọ* . Skeptical sugbon desperate, Michael bẹrẹ lati ka. Ọ̀rọ̀ ọjọ́ kọ̀ọ̀kan ń sọ̀rọ̀ lọ́kàn rẹ̀ tààràtà, ó sì ń ṣí àwọn òtítọ́ tó ti gbàgbé tàbí kò mọ̀ rí: pé ìfẹ́ Ọlọ́run kò ní ààlà, pé Ọlọ́run yàn án gan-an, àti pé èrò àwọn ẹlòmíràn kò sọ ìdánimọ̀ rẹ̀ bí kò ṣe Ẹlẹ́dàá tó pe orúkọ rẹ̀.

Ní kẹ̀rẹ̀kẹ̀rẹ̀, Máíkẹ́lì bẹ̀rẹ̀ sí í rí ara rẹ̀ lójú Ọlọ́run. Awọn ẹwọn ijusile ti tu silẹ bi o ṣe gba adura, iṣaro, ati agbara ti iwe-mimọ. Ó gbé àwọn ìgbésẹ̀ gbígbéṣẹ́—wíwá ìgbaninímọ̀ràn, gbígbé àwọn ìbáṣepọ̀ onílera dàgbà, àti lílépa àwọn ìfẹ́kúfẹ̀ẹ́ tí ó dà bí ẹni pé a kò lè dé rí.

Loni, Michael ko ni asọye nipasẹ ijusile rẹ ti o kọja ṣugbọn nipasẹ imupadabọ ti o rii. O rin pẹlu igboiya, mọ pe o ti wa ni ife, yàn, ati gbogbo. Itan rẹ jẹ majẹmu pe laibikita bi ijusile ti o jinlẹ ṣe nṣiṣẹ, iwosan ati ireti wa nigbagbogbo ni arọwọto.

Itan Oore-ọfẹ ati isọdọtun

Grace nigbagbogbo wọ ẹrin, ṣugbọn lẹhin rẹ jẹ ọkan ti o wuwo pẹlu ijusile. Láti kékeré ni ó ti nímọ̀lára ìrora ìkọ̀sílẹ̀—àwọn òbí rẹ̀ ti kọ ara wọn sílẹ̀ nígbà tí ó ṣì kéré gan-an, ó sì ń sáàárín àwọn ilé, kò tíì jẹ́ tirẹ̀ rí. Ni ile-iwe ati awọn agbegbe awujọ, Grace nigbagbogbo nimọlara aṣemáṣe, bi ẹnipe ohùn rẹ ko ṣe pataki. Ifiranṣẹ ti a ko sọ jẹ kedere: ko to lati nifẹ ni kikun tabi lailai.

Bi o ṣe wọ agbalagba, ijusile ti Grace ti o wa ninu awọn ibatan rẹ. O rii ara rẹ ni ifamọra si awọn eniyan ti ko si ni ẹdun tabi ti o kọsẹ, ti n tẹsiwaju yiyipo irora ti rilara airi ati aibikita. Ni isalẹ, Grace npongbe fun gbigba, ṣugbọn awọn ọdun ti ijusile jẹ ki o ṣoro lati gbagbọ pe o yẹ.

Láìka ìrora náà sí, Grace di ìrètí ìdákẹ́jẹ́ẹ́ mú—ọ̀rọ̀ kẹ́lẹ́kẹ́lẹ́ kan pé ó lè ju ohun tí ó ti kọjá lọ. Ni ọjọ kan, rilara paapaa bajẹ, o ṣe awari Olufẹ *, Ti a yan ati Gbogbo: Irin-ajo Ọdun 30 lati Ijusilẹ si Imupadabọpada* . Iṣiyemeji ṣugbọn ebi npa fun iwosan, o bẹrẹ kika. Ìfọkànsìn kọ̀ọ̀kan ru ohun kan sókè nínú rẹ̀—ìránnilétí pẹ̀lẹ́pẹ̀lẹ́ kan pé ìfẹ́ Ọlọ́run kò sinmi lórí iṣẹ́ rẹ̀ tàbí ìtẹ́wọ́gbà rẹ̀ láti ọ̀dọ̀ àwọn ẹlòmíràn ṣùgbọ́n ó jẹ́ fífúnni ní ọ̀fẹ́, láìsí ààlà, àti aláìlọ́wọ́.

Nipasẹ awọn iṣaro ojoojumọ, awọn adura, ati awọn itan, Grace bẹrẹ lati tu awọn irọ ti o ti gbagbọ fun awọn ọdun sẹyin. Ó kẹ́kọ̀ọ́ láti gba ìdánimọ̀ rẹ̀ mọ́ra gẹ́gẹ́ bí ọmọbìnrin tí Ọlọ́run yàn, tí a mọyì àti lódindi. Iwosan kii ṣe lojukanna—o jẹ irin-ajo ti o kun fun omije, awọn aṣeyọri, ati igboya lati koju awọn ọgbẹ atijọ. Ṣugbọn pẹlu igbesẹ kọọkan, Grace dagba ni okun sii, kọ ẹkọ lati ṣeto awọn aala ti ilera, dariji ararẹ ati awọn miiran, ati rin ni igboya ni idi.

Loni, Oore-ọfẹ n tan pẹlu imọ-itumọ ti iye ati ohun-ini. O pin itan rẹ lati ṣe iwuri fun awọn miiran ti o nimọlara idẹkùn nipasẹ ijusile. Irin-ajo Grace fihan pe imupadabọ ṣee ṣe-pe gbogbo obinrin ti o ni imọlara ibajẹ le dide, nifẹ, yiyan, ati gbogbo.

Awọn aami aisan ti Ingrained ijusile

Ohun ingrained ijusile le jinna ni ipa a eniyan idanimo, ibasepo, ati aye àṣàyàn. O le nigbagbogbo sọ pe o wa ni iṣẹ ni igbesi aye ẹnikan nipasẹ awọn ilana deede ni ihuwasi, awọn ẹdun, ati awọn igbagbọ. Eyi ni diẹ ninu awọn ami kedere:

1. Ibakan nilo fun alakosile

- Wọn n wa afọwọsi pupọ tabi bẹru aibikita, paapaa lati ọdọ awọn alejo.
- Ìyìn máa ń fún wọn ní ìtura fún ìgbà díẹ̀, ṣùgbọ́n kíá ni wọ́n tètè ṣubú padà sínú àìléwu.

2. Iberu ti Ibaṣepọ tabi Ailagbara

- Wọn tiraka lati ṣii soke ni awọn ibatan tabi Titari awọn eniyan kuro lati yago fun ipalara.
- Wọn ro pe awọn miiran yoo lọ kuro nikẹhin, da wọn, tabi kọ wọn silẹ.

3. Overreaction to lodi

- Paapaa atunṣe onirẹlẹ tabi iyapa kan kan lara bi ikọlu ti ara ẹni.
- Wọn di igbeja tabi yọkuro ni ẹdun.

4. Ara-Sabotage

- Wọn dawọ ṣaaju igbiyanju, yago fun awọn aye, tabi nireti ikuna bi eyiti ko ṣeeṣe.

- “Emi ko dara to” tabi “Wọn ko ni gbe mi” di iwe afọwọkọ ti o ni imọlara.

5. Ipinya ati yiyọ kuro

- Wọn fẹ lati wa nikan kii ṣe nitori pe wọn gbadun idawa, ṣugbọn lati yago fun kiko lẹẹkansi.
- Wọn le sọ pe, "Mo dara julọ nikan" lakoko ti o nfẹ asopọ ni ikoko.

6. Iṣe-Iwakọ Idanimọ

- Iye ara wọn ni a so mọ aṣeyọri, iṣẹ, iṣẹ-iranṣẹ, tabi iwa rere.
- Wọn lero pe wọn gbọdọ “gba” ifẹ, paapaa lati ọdọ Ọlọrun.

7. Awọn ẹjẹ inu ati Idiwọn Awọn igbagbọ

- Wọ́n ti jẹ́ ẹ̀jẹ́ inú bí: “N kò ní jẹ́ kí ẹnikẹ́ni pa mí lára mọ́ láé.”
- Awọn ẹjẹ wọnyi ni idakẹjẹ ṣe itọsọna awọn ipinnu wọn ati ṣe idiwọ ominira tabi imularada.

8. Asopọmọra Ẹmí

- Wọn le ṣoro lati gbagbọ pe Ọlọrun fẹràn nitootọ tabi gba wọn.
- Wọ́n rí Ọlọ́run gẹ́gẹ́ bí onídàájọ́ ju Bàbá onífẹ̀ẹ́ lọ, tí wọ́n sábà máa ń nímọ̀lára àìyẹ ní iwájú Rẹ̀.

Iwosan lati Ijusile Ingrained: Itọsọna Igbesẹ-nipasẹ-Igbese

Igbesẹ 1: Ṣe idanimọ Gbongbo naa

Beere:

- Nibo ni ijusile naa ti bẹrẹ? Igba ewe? Ìwà ọ̀dàlẹ̀? Ikọsilẹ? Àìbìkítà òbí?
- Tani tabi kini akọkọ jẹ ki o lero pe a ko nifẹ rẹ, aiyẹ, tabi aifẹ?

Iwe Iroyin Iṣalaye:

- "Mo kọkọ rilara ainifẹ nigbati..."
- "Mo gbagbọ pe emi ko dara to nitori ..."

Àdúrà:
"Olúwa, fi gbòǹgbò ìkọ̀sílẹ̀ hàn mí ní ayé mi, tàn ìmọ́lẹ̀ Rẹ sí àwọn ọgbẹ́ tí ó farasin, wo ohun tí èmi kò lè rí sàn."

Igbesẹ 2: Kọ irọ naa silẹ

Ijusilẹ nigbagbogbo awọn irugbin dabi:

- "Emi ko nifẹ."
- "Gbogbo eniyan lọ."
- "Mo ni lati fi ara mi han."

Iṣe:
Kọ awọn irọ ti o ti gbagbọ silẹ. Lẹhinna sọ otitọ:

- "A tẹwọgba mi ninu Olufẹ" (Efesu 1:6).
- "Pẹru ati tiyanu li a dá mi" (Orin Dafidi 139:14).
- "Ọlọ́run kì yóò fi mí sílẹ̀ láé, bẹ́ẹ̀ ni kì yóò kọ̀ mí sílẹ̀" (Hébérù 13:5).

Àdúrà:
"Mo ba àdéhùn pẹ̀lú àwọn iró ìkọ̀sílẹ̀, mo gba òtítọ́ ẹni tí mo jẹ́ nínú Rẹ̀, Olúwa."

Igbesẹ 3: Dariji Awọn ti o kọ ọ

Àìdáríjì ń jẹ́ kí ọgbẹ́ náà ṣí.

Ise:

- Daruko eniyan (awọn).
- Jẹwọ irora naa.
- Yan lati dariji, paapaa ti o ko ba rilara rẹ sibẹsibẹ.

Àdúrà:
"Baba, mo dáríji [orukọ] fún mímú mi nímọ̀lára àìfẹ́fẹ́ àti àìnífẹ̀ẹ́.

Igbesẹ 4: Gba Iwosan ati Gbigba Ọlọrun

Ki Olorun tun baba yin o. Jẹ ki O fẹran rẹ nibiti awọn miiran kuna.

Ise:

- Lo akoko lati ṣe àṣàrò lori Iwe Mimọ ti ifẹ Ọlọrun.
- Rẹ ninu ijosin ti o leti rẹ idanimo.

Awọn Iwe Mimọ pataki:

- Àìsáyà 43:1 BMY - "Mo ti pè ọ́ ní orúkọ;èmi ni ọ́.
- Róòmù 8:15 BMY - "Ẹ̀yin kò tún gba ẹ̀mí ẹrú mọ́ fún ìbẹ̀rù.

Adura:
"Baba, Mo gba ifẹ ati itẹwọgba Rẹ. Tun idanimọ mi ṣe gẹgẹ bi ọmọ ayanfẹ rẹ."

Igbesẹ 5: Sọ Igbesi aye ati Tunse Ọkan Rẹ

Ijusile daru bi o ti ri ara rẹ. O nilo awọn ikede tuntun.

Awọn ikede Ojoojumọ:

- “Olorun ni o yan mi.”
- "Emi kii ṣe aṣiṣe."
- “A nifẹ mi laisi ipo.”

Iṣe:
Ṣẹda "Odi Otitọ" tabi "Akosile idanimọ" nibiti o ti kọ ohun ti Ọlọrun sọ nipa rẹ.

Igbesẹ 6: Tun sopọ ni Awọn ibatan ti ilera

Ijusile ya sọtọ, ṣugbọn iwosan tun sopọ.

Ise:

- Ṣe awọn igbesẹ kekere lati ṣii ni awọn ibatan ailewu.
- Darapọ mọ agbegbe ti o ni ilera, ẹgbẹ adura, tabi iyika atilẹyin iwosan.
- Gba awọn eniyan ti o gbẹkẹle lati rin pẹlu rẹ.

Àdúrà:
"Olúwa, mú àwọn ènìyàn títọ́ wá sínú ayé mi—àwọn tí yóò nífẹ̀ẹ́ mi pẹ̀lú ọkàn Rẹ̀ tí wọn yóò sì ràn mí lọ́wọ́ láti dàgbà nínú òtítọ́."

Igbesẹ 7: Minisita Iwosan fun Awọn ẹlomiran

Ọlọrun sọ ọgbẹ rẹ di ohun ija iwosan.

Ise:

- Pin ẹrí rẹ.
- Gbadura fun awọn miiran ti o ngbiyanju pẹlu ijusile.
- Rin ni aanu ati oye.

BMY

- Ẹni tí ń tù wá nínú nínú gbogbo wàhálà wa, kí àwa lè tu àwọn tí ó wà nínú ìdàámú nínú.

Irin-ajo Ọjọ-30 lati Ijusilẹ si Imupadabọ Bẹrẹ....

OJO 1: Egbo Ipalọlọ

Iwe-mimọ (NLT):

Paapaa ti baba ati iya mi ba kọ mi silẹ, Oluwa yoo mu mi sunmọ. — Sáàmù 27:10

Itan Michael:

Michael duro nikan ni isinku baba rẹ, oju gbẹ ṣugbọn ẹjẹ ọkan. Ti a kọ bi ọmọde fun jijẹ "aibalẹ pupọ," ko dara rara. Ní báyìí, ó ti pẹ́ jù láti gbọ́ àwọn ọ̀rọ̀ tó ń retí pé: *"Mo ṣògo fún ọ."* Ìdákẹ́jẹ́ yẹn gbá a mọ́.

Ìtàn Grace:

Oore-ọfẹ ti nigbagbogbo jẹ eyiti a ko rii. Aṣemáṣe nipasẹ awọn obi rẹ, ti awọn ololufẹ lo, ti a yọ kuro ni iṣẹ. Ijusilẹ kii ṣe akoko kan — o jẹ apẹrẹ kan. O ṣe apẹrẹ ohùn rẹ, rin rẹ, iye rẹ. Ẹrin rẹ jẹ apata rẹ, ṣugbọn inu o beere boya o ṣe pataki rara.

Òye Ìfọkànsìn:

Ijusile kii ṣe ariwo nigbagbogbo. Lọ́pọ̀ ìgbà, ó máa ń rọ́ wọlé ní ìdákẹ́jẹ́ẹ́—nípasẹ̀ ìdákẹ́jẹ́ẹ́, àìbìkítà, àríwísí, ìkọ̀sílẹ̀. Ṣùgbọ́n láìka orísun, apá Ọlọ́run ṣí sílẹ̀. Oun ko kan gba ọ laaye - O *yan* ọ. Kò fi ọ́ wé—Ó *ṣìkẹ́* rẹ̀.

David, he wlan Psalm 27, yọ́n gbigbẹdai. Ìdílé rẹ̀ kò pa á tì, tí àwọn ọ̀tá rẹ̀ ń ṣọdẹ, ọmọ tirẹ̀ fúnra rẹ̀ dà á—síbẹ̀ ó fi ìdánilójú sọ pé: *"Olúwa yóò dì mí mọ́ra."*

Loni, jẹ ki iyẹn jẹ otitọ rẹ. Kì í ṣe ẹni tí ó kọ̀ ọ́ ni Ọlọrun fi ṣe àpèjúwe rẹ, bíkòṣe ẹni tí ó rà ọ́ pada.

Awọn ibeere Iṣanfani:

1. Tani ninu igbesi aye rẹ jẹ ki o lero pe ko yẹ tabi airi?
2. Irọ́ wo ni o gbà gbọ́ nípa ara rẹ nítorí ìkọ̀sílẹ̀ yẹn?

Ikede Adura:

Baba, koda nigba ti eniyan ba ko mi, O gba mi. Nigbati awọn miran kọ, O mu mi sunmọ. Mo jowo irora ti ijusile ti o ti kọja mo si gba imunibinu iwosan Rẹ. Mu mi larada lẹẹkansi, ni orukọ Jesu. Amin.

Iwe Iroyin Tọ:

Kọ lẹta kan si eniyan (tabi eniyan) ti o kọ ọ — kii ṣe lati firanṣẹ, ṣugbọn lati tu silẹ. Tú ipalara rẹ jade, lẹhinna beere lọwọ Ọlọrun lati kun aaye naa pẹlu otitọ Rẹ.

Awọn akọsilẹ:

OJO KEJI: Gbongbo Iro na

Ìwé Mímọ́ (Ìmúgbòòrò):

"Olè kì í wá láti jalè, kí ó sì pa àti láti parun: Èmi wá kí wọ́n lè ní ìyè, kí wọ́n sì ní in lọ́pọ̀ yanturu [títí dé ẹ̀kúnrẹ́rẹ́, títí yóò fi ṣàn tán]." — Jòhánù 10:10

Itan Michael:

Michael ko le mì ohun ti o wa ni ori rẹ: *"Iwọ ko to."* O ṣe akiyesi ni awọn yara igbimọ, ninu igbeyawo rẹ, paapaa ninu ile ijọsin. Ni gbogbo igba ti ẹnikan ko jẹwọ awọn igbiyanju rẹ, ọgbẹ naa tun ṣii. Ó ṣiṣẹ́ takuntakun láti fi ìdí rẹ̀ múlẹ̀, ṣùgbọ́n ìyìn náà kò pé.

Ìtàn Grace:

Grace ni kete ti ala ti jije a singer. Ṣùgbọ́n ní alẹ́ tí ìyá rẹ̀ rẹ́rìn-ín, ó sì sọ pé, *"Má ṣe dójú ti ara rẹ,"* àlá náà kú. Lati igbanna, gbogbo aye ro bi pakute, gbogbo iyin a luba. O bo awọn ẹbun rẹ labẹ irẹlẹ, bẹru lati rii.

Òye Ìfọkànsìn:

Àwọn ohun ọ̀gbìn tí wọ́n kọ̀ sílẹ̀ wà nínú wa: *"Ìwọ kò*

yẹ," "Ìwọ kì yóò díwọ̀n láé," "Ìwọ kò lè nífẹ̀ẹ́." Ṣugbọn iwọnyi kii ṣe awọn ero rẹ — wọn jẹ irugbin ti ọta gbin lati ji idanimọ rẹ, pa igbẹkẹle rẹ, ati pa ayanmọ rẹ jẹ.

Jésù kò kàn wá láti gba ẹ̀mí rẹ là—Ó wá láti **mú gbogbo ìgbésí ayé rẹ padà bọ̀ sípò** , títí kan **ìtóye** , **ohùn** , àti **ìdánimọ̀ rẹ** .

Loni, da irọ naa mọ. Gbé e soke. Rọpo rẹ pẹlu otitọ. Òtítọ́ Ọlọ́run kò fọwọ́ sí i—ó jẹ́ ìràpadà.

Awọn ibeere Iṣanfani:

1. Ọ̀rọ̀ àsọtúnsọ wo ló ti dín ìdàgbàsókè rẹ lọ́wọ́ tàbí tí ó jí ayọ̀ rẹ̀ jẹ́?
2. Ǹjẹ́ o lè mọ ibi àti ìgbà tí irọ́ yẹn bẹ̀rẹ̀?

Ikede Adura:

Jesu, O wa lati fun mi ni iye lọpọlọpọ. Mo kọ gbogbo irọ ti o sọ pe emi ko wulo tabi ti a kofẹ. Mo tu awọn iro wọnyi tu, mo si gba otitọ Rẹ: Mo nifẹ, o niyelori, ati pe a da mi fun idi. Wo mi san lati inu jade. Amin.

Iwe Iroyin Tọ:

Akojọ 3 irọ ti o ti gbagbọ nipa ara rẹ. Lẹ́yìn náà, lẹ́gbẹ̀ẹ́ ọ̀kọ̀ọ̀kan, kọ òtítọ́ kan láti inú Ọ̀rọ̀ Ọlọ́run tí ó tako rẹ̀.

Awọn akọsilẹ:

OJO 3: Nigbati Ife ba jade

Iwe-mimọ (NLT):

"OLUWA sún mọ́ àwọn oníròbìnújẹ́ ọkàn; ó ń gba àwọn tí ọkàn wọn rẹ̀wẹ̀fọ̀ là." — Sáàmù 34:18

Itan Michael:

O jẹ ẹni ti o ro pe yoo duro. Nigbati iyawo rẹ jade, o mu diẹ ẹ sii ju aṣọ rẹ lọ - o mu igbẹkẹhin ti igbẹkẹle rẹ. *"O ti bajẹ pupọ,"* ni o sọ. Ilọkuro rẹ ro bi idaniloju ohun gbogbo ti o bẹru jẹ otitọ.

Ìtàn Grace:

Grace ti ni ẹmi nipasẹ afesona rẹ ni ọsẹ diẹ ṣaaju igbeyawo wọn. Ko si alaye. O kan dakẹ. Ó dá ara rẹ̀ lẹ́bi—ìrísí rẹ̀, àkópọ̀ ìwà rẹ̀, àtijọ́ rẹ̀. O ni imọlara asonu bi aṣiṣe ko si ẹnikan ti o fẹ lati beere.

Òye Ìfọkànsìn:

Awọn ọgbẹ diẹ jinlẹ ju jijẹ ti ẹnikan ti o ti ṣeleri lati duro. Ṣùgbọ́n òtítọ́ nìyí: **Ọlọ́run kì í ṣe ẹni tí ń rìn lọ.** O ko re ko re omije re. Ko yọkuro nigbati o ko ba dara julọ.

Ọkàn rẹ le bajẹ, ṣugbọn ko kọja atunṣe. Nígbà tí àwọn ènìyàn bá jáde, Ọlọ́run a gbára lé, ó sún mọ́ ẹ̀mí rẹ tí a rẹ̀wẹ̀sì, kì í ṣe láti ṣàánú rẹ, ṣùgbọ́n láti **gbà ọ́ àti láti mú** ọ padà bọ̀ sípò.

Awọn ibeere Iṣanfani:

1. Ta ni ó kúrò lọ́dọ̀ rẹ, báwo sì ni ìyẹn ṣe mú kí o mọyì ara rẹ̀?
2. Àwọn ọ̀nà wo lo ṣì ń gbà gbé ìfikúpa yẹn sílẹ̀ lónìí?

Ikede Adura:

Oluwa, mo fun O ni irora awon eniyan ti o rin kuro. Mo le nimọlara pe a ti kọ mi silẹ, ṣugbọn emi kii ṣe nikan. Sunmọ mi ni ibanujẹ mi. Gba mi pelu ife Re K'o tun ohun ti o sonu ko. Amin.

Iwe Iroyin Tọ:

Kọ lẹta adura si Ọlọrun nipa ibatan kan ti o ṣe ọ lara. Jẹ olododo-nigbana gba laaye lati sọ pada si ọkan rẹ.

Awọn akọsilẹ:

OJO 4: Itiju Pa O

Iwe-mimọ (AMP):

"Dípò ìtìjú rẹ [tẹ́lẹ̀], ìwọ yóò ní ìpín ìlọ́po méjì." — Aísáyà 61:7a.

Itan Michael:

Michael korira lilọ si awọn iṣẹ idile. Gbogbo eniyan miiran "ṣe daradara." Ó ṣì ń gbìyànjú láti ṣàtúnṣe ìbànújẹ́ tó ti kọjá sẹ́yìn—àdánù iṣẹ́, ìgbéyàwó tó kùnà, àwọn gbèsè. Awọn wiwo, ipalọlọ, aanu-gbogbo rẹ pariwo *itiju.*

Ìtàn Grace:

Itiju gbe lori ejika Grace bi ojiji. Ibalopo ibalopọ, awọn adehun adehun, awọn yiyan buburu — o gbagbọ pe o wọ wọn bi lẹta pupa. Paapaa nigbati o rẹrin musẹ, ẹmi rẹ sọ kẹlẹkẹlẹ, *"Wọn mọ."*

Òye Ìfọkànsìn:

Itiju kii ṣe lati ọdọ Ọlọrun. Ẹbi sọ pe, "Mo ṣe nkan ti ko tọ." Itiju sọ pe, "Mo *jẹ* nkan ti ko tọ." Jesu ru mejeeji nibi agbelebu-ẹṣẹ rẹ ati itiju rẹ.

Ìlérí Ọlọ́run tó wà nínú Aísáyà 61:7 kì í ṣe ì. O jẹ **ikede isanpada atọrunwa** . Fun itiju rẹ, O fun ni ọlá. Fun ijusile, O funni ni nkan. Fun irora, O funni ni idi.

O ko ni lati wọ itiju ni ọjọ miiran.

Awọn ibeere Iṣanfani:

1. Iranti tabi aṣiṣe wo ni o tun jẹ ki o ni itiju?
2. Kini yoo dabi lati gbe bi o ti ni idariji ni otitọ?

Ikede Adura:

Ọlọrun, mo fi itiju silẹ. Èmi kì í ṣe ohun tí a ṣe sí mi tàbí ohun tí mo ti ṣe—èmi ni ẹni tí ìwọ sọ pé èmi ni. Wọ mi ni ọlá. Pada idanimọ mi pada. Mo gba ipin meji ti iwosan ati ola. Amin.

Iwe Iroyin Tọ:

Ṣe apejuwe ohun kan ti o fi pamọ nitori itiju. Lẹhinna kọ iru ominira yoo lero bi iwuwo yẹn ba lọ.

Awọn akọsilẹ:

DAY 5: The Voice Laarin

Iwe-mimọ (NLT):

"Nítorí a jẹ́ ọ̀gá Ọlọrun, ó dá wa ní ọ̀tun ninu Kristi Jesu, kí á lè ṣe àwọn ohun rere tí ó ti pète fún wa tipẹ́tipẹ́." — Éfésù 2:10

Itan Michael:

Michael sábà máa ń gbọ́ ohùn àríwísí bàbá rẹ̀ ní orí rẹ̀ pé: *"Ìwọ kì yóò jẹ́ ohunkóhun láé."* Àní gẹ́gẹ́ bí ọkùnrin tí ó ti dàgbà pàápàá, ohùn yẹn ń darí àwọn yíyàn rẹ̀—ó sì mú agbára rẹ̀ rì.

Ìtàn Grace:

Ohùn inu ti Grace tun sọ gbogbo ọrọ ika ti a sọ lori rẹ. Kódà nígbà táwọn èèyàn bá gbóríyìn fún un, ọkàn rẹ̀ á máa sọ̀rọ̀ kẹ́lẹ́kẹ́lẹ́ pé, *"Wọn ò nítumọ̀ rárá."* O sabotaged ibukun, bẹru ti won yoo wa ni ya kuro.

Òye Ìfọkànsìn:

Gbogbo wa ni awọn alaye inu inu-awọn iwe afọwọkọ ti a kọ nipasẹ ijusile, ibalokanjẹ, iberu. Ṣugbọn loni, Ọlọrun tun itan rẹ kọ. Iwọ kii ṣe aṣiṣe. Iwọ kii ṣe apapọ. Iwọ kii ṣe aifẹ.

Iwo ni **ise-ona Re** . A ti ṣe ọ pẹlu aniyan, wẹ ninu oore-ọfẹ, ati pe a yan ọ fun titobi.

O to akoko lati pa alariwisi naa lẹkun ki o si fi ohun Ẹlẹda gbilẹ.

Awọn ibeere Iṣanfani:

1. Ohùn ta ni o tun ngbo ijusile tabi atako?
2. Òótọ́ tó wà nínú Ọ̀rọ̀ Ọlọ́run wo ló yẹ kó o máa sọ dáadáa?

Ikede Adura:

Baba, pa gbogbo ohun ti o nsoro lodisi iye mi dakẹ. Mo yan lati gba ohun ti O sọ nipa mi gbọ. Emi ni aṣetan rẹ. Mo ti to. Mo ti a da lori idi, fun idi. Amin.

Iwe Iroyin Tọ:

Kọ atokọ "Emi ni" kan ti o da lori Ọrọ Ọlọrun (fun apẹẹrẹ, Mo yan mi, olufẹ ni mi, Mo di odindi...). Firanṣẹ si ibikan ti o han.

Awọn akọsilẹ:

OJO 6: Ifarabale Baba

Iwe-mimọ (NLT):

O si pada lọ si ile tọ̀ baba rẹ̀ wá: nigbati o si wà li òkere, baba rẹ̀ ri i mbọ̀, o si kún fun ifẹ ati aanu, o si sare tọ̀ ọmọ rẹ̀ lọ, o gbá a mọ́ra, o si fi ẹnu kò o li ẹnu.
— Lúùkù 15:20

Itan Michael:

Michael ti jìnnà sí Ọlọ́run—ìbínú àti ìdálẹ́bi ló fà á. Ṣùgbọ́n ní alẹ́ ọjọ́ kan, tí ó rẹ̀wẹ̀sì tí ó sì rẹ̀ ẹ́, ó sọ̀rọ̀ kẹ́lẹ́kẹ́lẹ́, *"Bí O bá ṣì wà níbẹ̀..."* Ohun tí ó tẹ̀ lé e kìí ṣe ìdálẹ́bi ṣùgbọ́n ìmọ̀lára àlàáfíà tí a kò lè sẹ́.

Ìtàn Grace:

Grace fojú inú wo Ọlọ́run bí bàbá rẹ̀ tó wà lórí ilẹ̀ ayé—ó jìnnà réré, ó sì jákulẹ̀. Ṣùgbọ́n nínú iṣẹ́ ìsìn kan, orin náà sọ pé, *"Ó jẹ́ Bàbá rere, Baba rere."* Omije ṣubu bi otitọ tuntun ti bu nipasẹ: *Ọlọrun fẹ mi... paapaa ni bayi.*

Òye Ìfọkànsìn:

Ìtàn ọmọ onínàákúnàá náà kì í ṣe ìrònúpìwàdà lásán—ó kàn nípa **Bàbá kan tó ń sáré** . Olorun ko kan duro; O n wo. Ko nifẹ ninu awọn ikowe ṣugbọn **o gba mora** .

O le nimọlara pe o ko yẹ, ti lọ jina pupọ, ti bajẹ pupọ — ṣugbọn Baba rẹ rii ọ. O fe o ile. Je ki apa Re je ibi ti iwosan re ti bere.

Awọn ibeere Iṣanfani:

1. Ǹjẹ́ o rí Ọlọ́run gẹ́gẹ́ bí Bàbá onífẹ̀ẹ́ tàbí ẹni tó jìnnà réré?
2. Awọn ibẹru wo ni o ni nipa gbigba ni kikun nipasẹ Rẹ?

Ikede Adura:

Abba Baba, mo wa sodo re gege bi emi. Sá lọ sọ́dọ̀ mi, dì mí mú, wò mí sàn. Mo fi iberu lele mo si gba momo Re. Ẹ kò dà bí àwọn tí wọ́n lọ—o jẹ́ olóòótọ́, onínúure, àti onífẹ̀ẹ́. Amin.

Iwe Iroyin Tọ:

Kọ lẹta kan bi ẹnipe Ọlọrun n ba ọ sọrọ bi ọmọ ayanfẹ Rẹ. Bẹrẹ pẹlu, *"Ọmọ/ọmọbinrin mi iyebiye..."*

Awọn akọsilẹ:

DAY 7: Tọ awọn Duro

Iwe-mimọ (AMP):

" Nitorina Oluwa ṣe duro [ni ireti] o si nfẹ lati ṣe oore-ọfẹ fun ọ, ati nitori naa o duro ni ibi giga lati ṣãnu fun ọ." — Aísáyà 30:18

Itan Michael:

Michael rò pé Ọlọ́run ti gbàgbé òun. Ọ̀pọ̀ ọdún tí àdúrà àìdáhùn mú kó rẹ̀wẹ̀sì. Ṣùgbọ́n Ọlọ́run kò ṣàìka rẹ̀ sí—ó ń múra rẹ̀ sílẹ̀. Ohun ti o dabi idaduro jẹ akoko atọrunwa.

Ìtàn Grace:

Grace ṣe kàyéfì ìdí tí àdúrà rẹ̀ fún ìfẹ́ àti ìtẹ́wọ́gbà fi dàbí ẹni tí kò dáhùn. Ní kẹ̀rẹ̀kẹ̀rẹ̀, Ọlọ́run ṣí i payá pé: *"Kì í ṣe ohun tí o fẹ́ nìkan ni èmi yóò fi fún ọ, ṣùgbọ́n mo múra rẹ̀ sílẹ̀ de ohun tí o nílò."*

Òye Ìfọkànsìn:

Idakẹjẹ Ọlọrun kii ṣe isansa. Nigba miiran O duro - kii ṣe lati jiya, ṣugbọn si **ipo** . Idaduro rẹ kii ṣe kiko-o jẹ ami ti ifẹ ti o jinlẹ, ti o mọọmọ.

O ko gbagbe. O **tọsi idaduro naa** . Ati ohun ti Ọlọrun ni fun o yoo wa ni jina tobi ju ohun ti ijusile gbiyanju lati jale.

Awọn ibeere Işanfani:

1. Awọn idaduro wo ni o jẹ ki o beere idiyele rẹ?
2. Njẹ o le gbẹkẹle akoko Ọlọrun paapaa nigba ti o lọra bi?

Ikede Adura:

Oluwa, mo yan lati gbekele O ni idaduro. Ran mi lọwọ ki o maṣe daamu ipalọlọ pẹlu isansa. Mura mi silẹ, sọ mi di mimọ, ati nigbati akoko ba tọ—da mi pada. Amin.

Iwe Iroyin Tọ:

Kọ nipa nkan ti o ti nduro lori. Lẹhinna kọ ohun ti yoo tumọ si lati gbẹkẹle Ọlọrun pẹlu abajade.

Awọn akọsilẹ:

OJO 8: Otitọ Nipa Rẹ

Iwe-mimọ (NLT):

"Ẹyin kò yàn mí, ẹyin ni mo yàn, mo sì yàn yín láti lọ so èso tí ó wà pẹ́ títí." — Jòhánù 15:16

Itan Michael:

Michael nigbagbogbo ro bi eto afẹyinti ni igbesi aye — kii ṣe yiyan akọkọ. Àmọ́ nígbà tó kà pé Jésù ló yan òun fúnra rẹ̀, ohun kan yí pa dà nínú rẹ̀. *"Ọlọrun fẹ mi,"* o sọ kẹlẹkẹlẹ.

Ìtàn Grace:

Grace rí ara rẹ̀ gẹ́gẹ́ bí "ẹni tí wọ́n pinnu." Ṣùgbọ́n ní ìdákẹ́jẹ́ẹ́ nínú yàrá rẹ̀, Ọlọ́run sọ̀rọ̀ kẹ́lẹ́kẹ́lẹ́ pé, *"Mo yàn ọ́ kí wọ́n tó lè kọ̀ ọ́."*

Òye Ìfọkànsìn:

Ṣaaju ki agbaye to sọ pe *"iwọ ko to,"* Ọlọrun sọ pe *"Timi ni iwọ."* A yàn yín—kì í ṣe gẹ́gẹ́ bí ìrònú kejì, kì í ṣe nítorí ìyọ́nú—ṣùgbọ́n pẹ̀lú ìrònú àti ìfẹ́.

Jẹ ki otitọ yẹn da ọ duro loni: Ọrun ni o **yan ọ** .

Awọn ibeere Iṣanfani:

1. Nigbawo ni o ti rilara bi ironu lẹhin ninu igbesi aye ẹnikan?
2. Báwo ni mímọ Ọlọ́run ṣe yàn ọ́ yí padà bí o ṣe rí ara rẹ?

Ikede Adura:

Jesu, O seun ti o yan mi. Emi ko gbagbe, kọ, tabi laileto. Emi ni tire. Ran mi lọwọ lati rin ninu igbẹkẹle otitọ yẹn loni. Amin.

Iwe Iroyin Tọ:

Kọ awọn agbegbe 5 ti igbesi aye rẹ nibiti o ti yan lati gbagbọ ni bayi: *"A yan mi."*

Awọn akọsilẹ:

ỌJỌ́ 9: Fípa Àyíká Rẹ̀

Iwe-mimọ (AMP):

Kiyesi i, emi nṣe ohun titun: nisisiyi o hù jade; ẹnyin kò ha mọ̀ ọ bi? — Aísáyà 43:19

Itan Michael:

Michael mọ̀ pé òun ń tún ohun tí òun dàgbà sí—ìyẹn jíjìnnà ẹ̀dùn-ọkàn, àìgbẹ́kẹ̀lé, ìjìyà ìdákẹ́jẹ́ẹ́. Ṣugbọn ni ọjọ kan, o sọ pe, *"Eyi pari pẹlu mi."*

Ìtàn Grace:

Oore-ọfẹ ti tì gbogbo ibatan ti o ni ilera kuro nitori irora jẹ faramọ ju ifẹ lọ. Titi o fi sọ nipari, *"Ko si mọ, Mo yẹ fun ifẹ gidi."*

Òye Ìfọkànsìn:

Ijusile igba tun ara-ayafi ti a da o. Ọlọrun fun ọ ni agbara lati **ya awọn iyipo** . Ohun ti o ṣe ipalara iwọ kii yoo ni ọrọ ikẹhin. Ohun ti o bajẹ iwọ kii yoo ṣalaye rẹ.

Iwọ kii ṣe itan-akọọlẹ rẹ. Iwọ ni ibẹrẹ titun Ọlọrun.

Awọn ibeere Işanfani:

1. Awọn ilana wo ni igbesi aye rẹ ti fidimule ni ijusile?
2. Ṣe o ṣetan lati yan iwosan, paapaa nigba ti o kan lara aimọ bi?

Ikede Adura:

Olorun, mo dupe lowo re pe ko de mi nipa ohun ti o ti kọja. Pa gbogbo iyipo ti ijusile, iberu, ati aigbagbọ ninu mi. Mo kede: eyi pari pẹlu mi, ati iwosan bẹrẹ loni. Amin.

Iwe Iroyin Tọ:

Ṣe apejuwe ilana iran kan tabi ihuwasi ti ara ẹni ti o ṣetan lati fọ. "Ohun titun" wo ni o gbagbọ pe Ọlọrun fẹ bẹrẹ?

Awọn akọsilẹ:

OJO 10: Agbara Lati Dariji

Iwe-mimọ (NLT):

"Ẹ gba ẹ̀ṣẹ̀ ara yín sílẹ̀, kí ẹ sì dáríjì ẹni tí ó bá ṣẹ̀ yín, ẹ ranti pé OLUWA ti dáríjì yín, kí ẹ sì máa dáríjì àwọn ẹlòmíràn." — Kólósè 3:13

Itan Michael:

Michael ko fẹ dariji baba rẹ. Ṣùgbọ́n ìbínú gbígbóná janjan mú kí ó dè é. Idariji kii ṣe igbagbe-o n tu ararẹ silẹ kuro ninu tubu irora.

Ìtàn Grace:

Nikẹhin Grace dariji ọrẹ ti o da a-kii ṣe nitori pe o tọ si, ṣugbọn nitori pe Grace nilo alaafia. Idariji di ọna rẹ si ominira.

Òye Ìfọkànsìn:

Idariji kii ṣe rilara-o jẹ **yiyan** . Kii ṣe kiko irora ṣugbọn ikede kan pe irora naa kii yoo ṣe akoso igbesi aye rẹ mọ.

Iwọ ko ṣe awawi ohun ti o ṣẹlẹ. O n **tu** ara rẹ silẹ lati lọ siwaju.

Awọn ibeere Iṣanfani:

1. Tani o nilo lati dariji ki o le mu larada?
2. Kini o jẹ ki o jẹ ki o lọ ni kikun?

Ikede Adura:

Oluwa, Mo yan lati dariji — kii ṣe nitori pe wọn tọsi, ṣugbọn nitori Mo fẹ iwosan. Gba mi lowo kikoro, si ko mi lati tun feran. Ni oruko Jesu, amin.

Iwe Iroyin Tọ:

Kọ lẹta idariji. Jẹ otitọ. Lẹ́yìn náà, gbàdúrà lé e lórí, kí o sì tú ẹni náà sí ọwọ́ Ọlọ́run.

Awọn akọsilẹ:

ỌJỌ́ 11: Àtúnkọ Ìtàn

Iwe-mimọ (NLT):

"Èyí túmọ̀ sí pé ẹnikẹ́ni tí í ṣe ti Kírísítì ti di ènìyàn tuntun: ìyè àtijọ́ ti kọjá lọ, ìyè tuntun ti bẹ̀rẹ̀!" — 2 Kọ́ríǹtì 5:17

Itan Michael:

Michael nigbagbogbo ri ara rẹ bi fifọ, abawọn, ati aiyẹ. Ṣùgbọ́n bí ó ti ń kẹ́kọ̀ọ́ Ọ̀rọ̀ Ọlọ́run, ó bẹ̀rẹ̀ sí kọ ìtàn tuntun kan nípa ara rẹ̀—ọ̀kan tí a gbékarí òtítọ́, kì í ṣe ìbànújẹ́.

Ìtàn Grace:

Grace dagba ni sisọ pe o jẹ "imolara pupọ," "pupọ ju." Fun awọn ọdun o gbiyanju lati dinku ararẹ. Ṣùgbọ́n Ọlọ́run sọ̀rọ̀ kẹ́lẹ́kẹ́lẹ́ pé, *"Ó tọ́ lójú mi."*

Òye Ìfọkànsìn:

Ijusile kọ awọn aami eke: *unlovable, inadequate, bajẹ.* Ṣugbọn nigbati o ba gba Kristi, a fun ọ ni **idanimọ titun** . Ọrọ Ọlọrun di iwe afọwọkọ tuntun rẹ.

Iwọ kii ṣe ohun ti awọn miiran ṣe si ọ. Iwọ kii ṣe ohun ti wọn sọ nipa rẹ. Iwọ jẹ **aṣetan Ọlọrun ti nlọ lọwọ.**

Awọn ibeere Iṣanfani:

1. Awọn orukọ eke wo tabi awọn akole ti o gbagbọ nipa ararẹ?
2. Kí ni Ọlọ́run sọ nípa irú ẹni tó o jẹ́?

Ikede Adura:

Oluwa, mo jowo iro ti mo ti gbe labe. Mo gba oruko tuntun mi, idanimo tuntun mi, aye tuntun mi ninu Re. Ran mi lowo bi eni t'O da mi. Amin.

Iwe Iroyin Tọ:

Kọ awọn igbagbọ eke mẹta ti o ti ni nipa ararẹ silẹ. Lẹhinna kọ iwe-mimọ tabi otitọ lati koju ọkọọkan.

Awọn akọsilẹ:

ỌJỌ 12: Iwọ Ko Nikan

Iwe-mimọ (AMP):

"Nítorí òun [Ọlọ́run] fúnra rẹ̀ ti sọ pé, 'Èmi kì yóò fi ọ́ sílẹ̀ lọ́nàkọnà, bẹ́ẹ̀ ni èmi kì yóò fi ọ́ sílẹ̀, bẹ́ẹ̀ ni èmi kì yóò fi ọ́ sílẹ̀ láìní ìrànlọ́wọ́. . . .

Itan Michael:

Michael ro pe o ni lati ja gbogbo ogun nikan. Ṣùgbọ́n díẹ̀díẹ̀, ó bẹ̀rẹ̀ sí í nímọ̀lára wíwàníhìn-ín Ọlọ́run ní àwọn àkókò ìdákẹ́jẹ́ẹ́—kò kúrò lọ́dọ̀ rẹ̀ láé, kì í fi í sílẹ̀ láé.

Ìtàn Grace:

Oore-ọfẹ lo lati sọkun nikan ni okunkun, ro pe ko si ẹnikan ti o rii. Nírọ̀lẹ́ ọjọ́ kan, ó ka ẹsẹ yìí, ó sì wá rí i pé: *"Ọlọ́run wà níbẹ̀ nígbà gbogbo, mi ò tíì kíyè sí i rí."*

Òye Ìfọkànsìn:

Ìnìkanwà jẹ́ ọ̀kan lára àwọn irọ́ tí ń pariwo jùlọ. Ṣugbọn otitọ ni **Ọlọrun wa pẹlu rẹ** - ni ipalọlọ, ninu irora, ninu aimọ.

Oun ni Emmanuel, *Ọlọrun pẹlu wa* , kii ṣe ni awọn akoko ti o dara nikan, ṣugbọn ni gbogbo ibi ti o fọ.

Awọn ibeere Iṣanfani:

1. Njẹ o ti gbagbọ pe o wa nikan ni otitọ?
2. Àwọn ọ̀nà wo lo lè gbà túbọ̀ mọ̀ pé Ọlọ́run wà pẹ̀lú rẹ?

Ikede Adura:

Olorun, o ṣeun fun ko kọ mi silẹ rara. Paapaa nigbati Mo lero nikan, Iwọ wa nibẹ. La oju mi lati ri O ni gbogbo igba. Amin.

Iwe Iroyin Tọ:

Ronú nípa ìṣẹ́jú kan tí o rò pé o dá wà, ṣùgbọ́n ní ìríran, mọ̀ pé Ọlọ́run wà. Ṣe apejuwe iranti yẹn ati ohun ti o kọ ọ.

Awọn akọsilẹ:

DAY 13: Ni ife Laisi Awọn ipo

Iwe-mimọ (NLT):

"Ṣùgbọ́n Ọlọ́run fi ìfẹ́ ńláǹlà rẹ̀ hàn sí wa nípa rírán Kristi láti kú fún wa nígbà tí a ṣì jẹ́ ẹlẹ́ṣẹ̀." —Róòmù 5:8

Itan Michael:

Michael nigbagbogbo ro pe o ni lati ni ifẹ — nipasẹ iṣẹ ṣiṣe, pipe, ati dibọn. Nigbati o kuna, o nireti ijusile. Ṣugbọn ifẹ Ọlọrun kò yẹ̀.

Ìtàn Grace:

Grace gbiyanju lati tun ara rẹ ṣe ṣaaju ki o to wa si Ọlọhun. Lẹhinna ni ọjọ kan o rii pe, *"O nifẹ mi tẹlẹ… ṣaaju ki Mo to papọ."*

Òye Ìfọkànsìn:

Ìfẹ́ Ọlọ́run kò dá lórí pípé rẹ̀—ó dúró nínú **oore-ọ̀fẹ́ Rẹ̀** . O nifẹ ni ọjọ ti o buru julọ bi o ti dara julọ.

Ko si ohun ti o le ṣe lati jẹ ki Ọlọrun fẹràn rẹ siwaju sii-ati pe ko si ohun ti o ti ṣe ti o jẹ ki O nifẹ rẹ kere si.

Awọn ibeere Iṣanfani:

1. Aliho tẹlẹ mẹ wẹ a ko tẹnpọn nado 'jlọ' owanyi—sọn gbẹtọ lẹ dè kavi sọn Jiwheyẹwhe dè?
2. Njẹ o le gba ifẹ paapaa nigbati o ba lero pe ko yẹ?

Ikede Adura:

Baba, mo dupe lowo re fun ife mi laini majemu. Ran mi lọwọ lati dẹkun igbiyanju ati bẹrẹ simi ninu ifẹ Rẹ pipe. Mo gba loni pẹlu ọkan-ìmọ. Amin.

Iwe Iroyin Tọ:

Kọ lẹta kan lati ọdọ Ọlọrun si ọ ti o bẹrẹ, *"Mo nifẹ rẹ nitori..."* Jẹ ki o ṣan pẹlu otitọ ati oore-ọfẹ.

Awọn akọsilẹ:

ỌJỌ 14: Fidimule, Ko Kọ

Iwe-mimọ (NLT):

"Jẹ́ kí gbòǹgbò yín dàgbà sínú rẹ̀, kí a sì gbé ẹ̀mí yín lé e lórí." — Kólósè 2:7a

Itan Michael:

Michael sábà máa ń gbé ìdánimọ̀ rẹ̀ karí èrò àwọn ènìyàn—rere tàbí búburú. Ṣugbọn nigbati o fidimule ninu Kristi, o ri iduroṣinṣin ti ko mọ pe o nilo.

Ìtàn Grace:

Grace lo lati yi ẹniti o da lori ẹniti o wa ni ayika. Àmọ́ ó bẹ̀rẹ̀ sí í dàgbà nígbà tó bi ara rẹ̀ pé, *"Ta ni èmi nígbà tó jẹ́ pé èmi àti Ọlọ́run nìkan ni?"*

Òye Ìfọkànsìn:

Nigbati idanimọ rẹ ba ni fidimule ni ijusile, igbesi aye kan lara riru. Ṣùgbọ́n nígbà tí o bá di ìtóye rẹ dúró nínú Kírísítì, ìjì yóò dé—ṣùgbọ́n wọn kò mì ọ́.

Jẹ ki awọn gbongbo rẹ dagba jin sinu ifẹ ati otitọ Ọlọrun. Iyẹn ni ibiti iwọ yoo rii **aabo** ati **agbara** .

Awọn ibeere Işanfani:

1. Nibo ni o ti gbin idanimọ rẹ — Ọrọ Ọlọrun tabi itẹwọgba eniyan?
2. Àwọn àṣà wo ló lè ràn ẹ́ lọ́wọ́ láti fìdí múlẹ̀ nínú Kristi?

Ikede Adura:

Oluwa, gbin mi jinle ninu Re. Mo kọ ilẹ aijinile ti awọn eniyan ti o wuyi ati afiwe. Je ki gbongbo mi dagba ninu otito Re. Amin.

Iwe Iroyin Tọ:

Ṣẹda atokọ ti "awọn otitọ gbongbo"—awọn iwe-mimọ ipilẹ tabi awọn imuduro ti o leti ẹni ti o wa ninu Kristi.

Awọn akọsilẹ:

ỌJỌ 15: Lati Scar si Itan

Iwe-mimọ (NLT):

"O ti pinnu lati ṣe ipalara mi, ṣugbọn Ọlọrun pinnu gbogbo rẹ fun rere, o mu mi wá si ipo yii ki emi le gba ẹmi ọpọlọpọ eniyan là." — Jẹ́nẹ́sísì 50:20

Itan Michael:

Egbo nla ti Michael di ifiranṣẹ nla rẹ. Ó ń ran àwọn ẹ̀lòmíràn lọ́wọ́ nísinsìnyí láti wo ọgbẹ́ baba sàn, ní rírán wọn létí pé, *"Bí Ọlọ́run bá lè wo mi sàn, Ó lè wo yín sàn."*

Ìtàn Grace:

Grace bẹrẹ bulọọgi kan nipa iwosan lati betrayal. Ohun tó pa á lẹ́nu mọ́ báyìí ló fún un ní ohùn kan. Àpá rẹ̀ di àmì àtẹ́lẹwọ́ ẹ̀lòmíràn sí ìrètí.

Òye Ìfọkànsìn:

Awọn àpá rẹ kii ṣe itiju - wọn jẹ **ẹri ti iwalaaye** . Olorun ko jeje irora. O yi pada. Iwosan rẹ di itanna fun awọn miiran.

Iwọ kii ṣe atunṣe fun ọ nikan-ṣugbọn fun gbogbo eniyan itan rẹ yoo kan.

Awọn ibeere Iṣanfani:

1. Awọn iriri irora wo ni Ọlọrun fẹ lati lo lati ran awọn ẹlomiran lọwọ?
2. Ṣe o ṣetan lati jẹ ki O yi awọn aleebu rẹ pada si awọn itan ti irapada?

Ikede Adura:

Oluwa, o ṣeun fun lilo irora mi. Mo fi egbo mi fun O—rapada won fun ogo Re. Jeki iwosan mi di imole fun awon elomiran. Amin.

Iwe Iroyin Tọ:

Kọ ẹrí rẹ si oju-iwe kan—bii bi igbesi aye ti ri tẹlẹ, kini o ṣẹlẹ, ati bi Ọlọrun ṣe n mu ọ láradá nisinsinyi.

Awọn akọsilẹ:

OJO 16: Iwosan Nipa Idariji

Iwe-mimọ (AMP):

"Ẹ jẹ́ onínúure àti olùrànlọ́wọ́ fún ara yín lẹ́nì kìíní-kejì, oníjẹ̀lẹ́ńkẹ́ [ìyọ́nú, òye], ẹ máa dárí ji ara yín lẹ́nì kìíní-kejì [nífẹ̀ẹ́ àti òmìnira], gan-an gẹ́gẹ́ bí Ọlọ́run nínú Kristi pẹ̀lú ti dárí jì yín." — Éfésù 4:32

Itan Michael:

Michael bínú sí ìyá rẹ̀ fún ọ̀pọ̀ ọdún. Ṣùgbọ́n ó mọ̀ pé àìdáríjì ń ba ọjọ́ ọ̀la òun jẹ́. Títú rẹ̀ sílẹ̀ kò yí ohun tó ti kọjá pa dà—àmọ́ ó mú ọkàn rẹ̀ lára dá.

Ìtàn Grace:

Grace ti dariji ẹnikan ti ko tọrọ gafara. Ó kẹ́kọ̀ọ́ pé ìdáríjì kì í ṣe fún òmìnira wọn—ó jẹ́ fún tirẹ̀.

Òye Ìfọkànsìn:

Idariji jẹ iwuwo ti o jẹ ki ijusile ti fidimule. Ṣugbọn nigbati o ba dariji, o fọ awọn ẹwọn ti o so ọ mọ awọn ti o ti kọja.

Idariji kii ṣe sisọ *"O dara"* . O n sọ pe *"Mo tu ọ silẹ ki n le ni ominira."*

Awọn ibeere Iṣanfani:

1. Ṣe ẹnikan wa ti o tiraka lati dariji? Kí nìdí?
2. Kini yoo rilara ọkan rẹ laisi ẹru yẹn?

Ikede Adura:

Oluwa, Mo yan lati dariji. Mo tu irora naa silẹ, ibinu, iwulo fun ẹsan. Mo gbekele O lati mu idajo ati iwosan mu. So mi di ominira, ni oruko Jesu. Amin.

Iwe Iroyin Tọ:

Kọ lẹta idariji (iwọ ko nilo lati firanṣẹ). Tú ọkàn rẹ jáde kí o sì tú ohun tí ó mú ọ dè.

Awọn akọsilẹ:

ỌJỌ́ 17: Fífẹ́ Ìfẹ́ Bàbá

Iwe-mimọ (NLT):

"Ẹ wo bí Baba wa ti fẹ́ràn wa tó, nítorí ó pè wá ní ọmọ rẹ̀, ohun tí àwa sì jẹ́!" — 1 Jòhánù 3:1a

Itan Michael:

Michael ni baba ti o wa lori ilẹ ti o jina, nitorina o ro pe Ọlọrun jẹ kanna. Ṣùgbọ́n bí àkókò ti ń lọ, ó ṣàwárí Bàbá Ọ̀run kan tí ó dúró, tí ó gbọ́, tí ó sì nífẹ̀ẹ́.

Ìtàn Grace:

Grace kò mọ baba rẹ. Ṣùgbọ́n ní òwúrọ̀ ọjọ́ kan nínú ìjọsìn, ó nímọ̀lára pé apá dídì mọ́ ọn—bó tilẹ̀ jẹ́ pé kò sí ẹnì kankan níbẹ̀. Arabinrin naa mọ: *"Baba Abba niyẹn."*

Òye Ìfọkànsìn:

Ife ti Baba tun redefines ijusile. Nibiti awọn miiran ti lọ, Ọlọrun wa. Nibiti awọn ẹlomiran ti foju rẹ, Ọlọrun yan ọ.

Iwọ kii ṣe alainibaba. O **ti gba, gba, ati ibuyin fun ọ** .

Awọn ibeere Iṣanfani:

1. Kini oju rẹ si Ọlọrun Baba? Ṣe o ṣe afihan otitọ-tabi awọn ọgbẹ ti o ti kọja bi?
2. Bawo ni igbesi aye rẹ yoo yipada ti o ba gbe bi ọmọ ti o nifẹ?

Ikede Adura:

Baba Baba, ṣe iranlọwọ fun mi lati gba ifẹ Rẹ-kii ṣe gẹgẹbi imọran, ṣugbọn gẹgẹbi otitọ. Wo aworan mi san. Je k'emi simi l'okan Re. Amin,

Iwe Iroyin Tọ:

Kọ titẹsi iwe-akọọlẹ kan bi ẹnipe Ọlọrun ni Baba rẹ pipe ti n ba ọ sọrọ taara.

Awọn akọsilẹ:

ỌJỌ́ 18: Ìmúpadàbọ̀sípò Ìtọ́ ara-ẹni

Iwe-mimọ (NLT):

"O ṣeun fun ṣiṣe mi ni idiju pupọ! — Sáàmù 139:14

Itan Michael:

Michael ko ni rilara "to" rara. Ṣùgbọ́n nígbà tó kẹ́kọ̀ọ́ nípa bí Ọlọ́run ṣe mọ̀ọ́mọ̀ dá a, kò gbìyànjú láti jẹ́ ẹlòmíràn mọ́, ó sì tẹ́wọ́ gba irú ẹni tó jẹ́.

Ìtàn Grace:

Grace wo digi naa o sọ pe, *"Emi kii ṣe awọn aṣiṣe mi."* Akoko yẹn bẹrẹ irin-ajo rẹ pada si ibọwọ ara-ẹni.

Òye Ìfọkànsìn:

Ijusile bibajẹ bi o ti ri ara rẹ. Ṣugbọn otitọ Ọlọrun tun ṣe iye rẹ. Iwọ kii ṣe isọnu. O jẹ **iyanilẹnu, imotara, ati niyelori** .

Awọn ibeere Iṣanfani:

1. Iro wo ni o gbagbọ nipa iye rẹ?
2. Kí ni Sáàmù 139 ṣípayá nípa ojú tí Ọlọ́run fi ń wo ọ?

Ikede Adura:

Olorun, da iye ara mi pada. Kọ mi lati nifẹ ohun ti O ti da — emi. Pa ohun ìtìjú mọ́, kí n sì gbọ́ inú dídùn Rẹ dípò rẹ̀. Amin.

Iwe Iroyin Tọ:

Ṣe atokọ awọn nkan 5 ti o nifẹ (tabi fẹ lati nifẹ) nipa ara rẹ-ara, ọkan, ẹmi, tabi ẹmi.

Awọn akọsilẹ:

ỌJỌ́ 19: Ilé Awọn Aala Ni ilera

Iwe-mimọ (AMP):

"Ju gbogbo ohun miiran, pa ọkàn rẹ mọ, nitori ohun gbogbo ti o ṣe ti nṣàn lati inu rẹ." — Òwe 4:23

Itan Michael:

Michael nigbagbogbo sọ "bẹẹni" lati yago fun ijusile. Ṣugbọn o pari soke drained, kikorò, ati ki o rẹwẹsi. Kikọ lati sọ "Bẹẹkọ" jẹ ohun ifẹ julọ ti o ṣe.

Ìtàn Grace:

Oore-ọfẹ jẹ ki awọn eniyan rin ni gbogbo rẹ-titi o fi mọ pe oore rẹ kii ṣe ailera, ṣugbọn o nilo aabo. Ó pàálà, ó sì rí àlàáfíà.

Òye Ìfọkànsìn:

Iwosan tumọ si kikọ ẹkọ lati **daabobo ọkan rẹ** . Awọn aala kii ṣe odi lati pa eniyan mọ - wọn jẹ ẹnu-bode ti o daabobo alafia rẹ ati bọla fun iye rẹ.

Awọn aala sọ pe: *"Mo nifẹ rẹ ati pe Mo nifẹ mi, paapaa."*

Awọn ibeere Iṣanfani:

1. Nibo ni igbesi aye rẹ ni o nilo awọn aala to dara julọ?
2. Njẹ awọn ibatan wa nibiti iberu ti ijusile ti jẹ ki o ba alaafia rẹ jẹ?

Ikede Adura:

Oluwa, ran mi lowo lati fi ola fun ara mi. Kọ mi lati sọ rara nigbati o nilo ati bẹẹni nigbati o tọ. Fun mi ni agbara lati ṣeto aala pẹlu ifẹ. Amin.

Iwe Iroyin Tọ:

Ya maapu alaala ti ara ẹni-kini o dara, kini ko dara, ati ohun ti o nilo lati ni rilara ailewu ati odindi.

Awọn akọsilẹ:

ỌJỌ 20: Iduro ni Idanimọ Tuntun Rẹ

Iwe-mimọ (AMP):

"Nítorí náà bí ẹnikẹ́ni bá wà nínú Kristi [ìyẹn, tí a lọ́ sínú rẹ̀, tí ó dara pọ̀ mọ́ ọn nípasẹ̀ ìgbàgbọ́ nínú Rẹ̀ gẹ́gẹ́ bí Olùgbàlà], òun jẹ́ ẹdá tuntun [àtúnbí, tí a sì sọ di tuntun nípasẹ̀ Ẹmí Mímọ́]…. " —2 Kọ́ríǹtì 5:17.

Itan Michael:

Michael kò sọ ara rẹ̀ mọ́ gẹ́gẹ́ bí "ọkùnrin tí ó ní ìṣòro." Ó sọ pé, *"Mo ti ràpadà, wọ́n mú mi padà bọ̀ sípò, àti lórí iṣẹ́ àyànfúnni kan."*

Ìtàn Grace:

Grace duro ti ndun kekere. O rin sinu awọn yara mọ pe o ti yan-kii ṣe nitori ẹniti o jẹ-ṣugbọn nitori ti *Ẹniti* o jẹ.

Òye Ìfọkànsìn:

Ijusile gbiyanju lati setumo rẹ idanimo. Ṣugbọn **irapada tun kọ ọ** . O ko baje, kọ, tabi gbagbe.

Iwọ jẹ ọmọ Ọlọrun—ti a mu padabọsipo, isọdọtun, ati didan.

Awọn ibeere Iṣanfani:

1. Bawo ni iwọ yoo ṣe ṣapejuwe idanimọ rẹ ni bayi?
2. Awọn isesi ojoojumọ wo ni o ṣe iranlọwọ fun ọ lati duro lagbara ninu idanimọ tuntun rẹ?

Ikede Adura:

Jesu, Mo tẹsiwaju ni kikun si idanimọ ti O ti fun mi. Mo fi gbogbo aami eke silẹ Mo si rin ni igboya bi olufẹ Rẹ. Jeki aye mi tan ogo Re. Amin.

Iwe Iroyin Tọ:

Sọ idanimọ rẹ ninu Kristi ni paragirafi kan. Sọ pẹlu igboya ki o tọju rẹ si ibiti o ti le ka rẹ lojoojumọ.

Awọn akọsilẹ:

ỌJỌ́ 21: Títún Ohùn Rẹ padà

Iwe-mimọ (NLT):

"Ahọ́n lè mú ikú wá tàbí ìyè; àwọn tí wọ́n nífẹ̀ẹ́ sí ọ̀rọ̀ sísọ yóò kórè àbájáde rẹ̀." — Òwe 18:21

Itan Michael:

Michael ti pa ẹnu ara rẹ̀ mọ́ láti pa àlàáfíà mọ́. Ṣugbọn o mọ pe ohùn rẹ ni iye. Ẹ̀rí rẹ̀ bẹ̀rẹ̀ sí dá àwọn ẹlòmíràn sílẹ̀ nígbà tí ó bẹ̀rẹ̀ sí sọ̀rọ̀.

Ìtàn Grace:

Oore-ọfẹ nigbagbogbo jẹ ki awọn miiran sọrọ fun u. Ṣùgbọ́n ní ọjọ́ tí ó sọ ìtàn rẹ̀ ní gbangba, ó sunkún—kì í ṣe nítorí ìtìjú, bí kò ṣe láti inú ìwòsàn.

Òye Ìfọkànsìn:

Ìkọ̀sílẹ̀ sábà máa ń gba ohùn wa lọ́wọ́. Ṣugbọn iwosan mu pada. Itan rẹ ṣe pataki. Ohùn rẹ n gbe agbara ati iwosan-fun ara rẹ ati awọn miiran.

O ko si ohun to gun. O jẹ *ojiṣẹ ireti* .

Awọn ibeere Iṣanfani:

1. Njẹ o ti pa ẹnu rẹ mọ nitori iberu tabi ijusile ti o ti kọja?
2. Ifiranṣẹ wo ni irin-ajo iwosan rẹ ti pese ọ lati pin?

Ikede Adura:

Baba, ran mi lowo lati soro aye. Mu ohun mi pada ki o fun mi ni igboya lati pin ohun ti O ti ṣe. Jẹ ki itan mi mu ominira fun awọn ẹlomiran. Amin.

Iwe Iroyin Tọ:

Kọ ẹ̀dà kúkúrú ẹ̀rí rẹ—ohun tí o ti wá àti ibi tí Ọlọ́run ti ń darí rẹ̀.

Awọn akọsilẹ:

ỌJỌ 22: Tunṣe Awọn Aṣiṣe Ti o Ti kọja

Iwe-mimọ (AMP):

"A sì mọ̀ [pẹ̀lú ìgbọ́kànlé ńlánlà] pé Ọlọ́run [tí ó bìkítà nípa wa] ń mú kí ohun gbogbo máa ṣiṣẹ́ pa pọ̀ [gẹ́gẹ́ bí ìwéwèé] fún rere . . . " - Róòmù 8:28

Itan Michael:

Michael gbagbọ pe ohun ti o kọja ti ko ni ẹtọ fun u. Ṣugbọn Ọlọrun lo awọn ikuna rẹ bi awọn ipilẹ fun ipe rẹ.

Ìtàn Grace:

Grace ro pe itan-akọọlẹ rẹ ti awọn ibatan ti o bajẹ jẹ ki a ko le lo. Ṣùgbọ́n Ọlọ́run sọ ìrora rẹ̀ di iṣẹ́ òjíṣẹ́ ìmúniláradá fún àwọn ẹlòmíràn.

Òye Ìfọkànsìn:

Ìkọ̀sílẹ̀ sábà máa ń jẹ́ ká máa kábàámọ̀. Ṣùgbọ́n

Ọlọ́run kì í ṣòfò ohunkóhun—kódà àwọn ìkùnà wa pàápàá. O irapada, mu pada, ati tun awọn itan wa kọ.

Ko s'ohun t'o koja ore-ofe Re.

Awọn ibeere Iṣanfani:

1. Awọn aṣiṣe ti o ti kọja tẹlẹ wo ni o tun jẹ itiju?
2. Báwo ni Ọlọ́run ṣe lè fẹ́ lo àwọn ìrírí yẹn gan-an fún ògo Rẹ̀?

Ikede Adura:

Oluwa, o dupe pe ko si ohun ti o di mi l'oju ife Re. Gba mi ti o ti kọja pada. Lo itan mi fun rere ati ṣe ẹwa lati inu ibanujẹ mi. Amin.

Iwe Iroyin Tọ:

Ronu lori ọkan banujẹ lati igba atijọ rẹ. Beere lọwọ Ọlọrun lati fihan ọ bi O ṣe n rà pada.

Awọn akọsilẹ:

ỌJỌ 23: Gbigba Alaafia Inu

Iwe-mimọ (NLT):

"Mo ń fi ẹ̀bùn kan sílẹ̀ fún yín, ìbàlẹ̀ ọkàn àti ọkàn-àyà: àlàáfíà tí mo sì ń fúnni ni ẹ̀bùn tí ayé kò lè fi fúnni." —Jòhánù 14:27.

Itan Michael:

Michael ti ni ipọnju nipasẹ aibalẹ ati iṣaro-keji. Ṣùgbọ́n níwájú Ọlọ́run, ó rí ìdákẹ́jẹ́ẹ́ tí ó dì í mú.

Ìtàn Grace:

Oore-ọfẹ lo lati duro lọwọ lati yago fun ipalọlọ. Àmọ́ nígbà tó dẹwọ́ lẹ́yìn-ọ̀-rẹyìn, àlàáfíà rí i.

Òye Ìfọkànsìn:

Ìkọ̀sílẹ̀ máa ń fa ìdàrúdàpọ̀ inú—ṣùgbọ́n Jésù ń fúnni ní àlàáfíà inú. Àlàáfíà kì í ṣe àìsí ìforígbárí—wíwàníhìn-ín Kristi ni.

O wa lailewu ninu Re.

Awọn ibeere Iṣanfani:

1. Kini o ji alaafia rẹ nigbagbogbo?
2. Kini o le ṣe lati ṣẹda aaye lati gba alaafia Ọlọrun lojoojumọ?

Ikede Adura:

Jesu, je alafia mi. Dakẹ gbogbo iji inu mi. Je ki idakẹjẹ Re di afefe mi. Mo gba alafia t'O nikan le fun. Amin.

Iwe Iroyin Tọ:

Ṣe apejuwe akoko kan ni ọsẹ yii nigbati o ba ni alaafia. Kini o ṣe alabapin si akoko yẹn?

Awọn akọsilẹ:

ỌJỌ 24: Dagbasoke Agbegbe Atilẹyin

Iwe-mimọ (AMP):

"Ẹni méjì sàn ju ẹnìkan lọ... Nítorí bí ọ̀kan nínú wọn bá ṣubú, ọ̀kan yóò gbé alábàákẹ́gbẹ́ rẹ̀ sókè." — Oníwàásù 4:9–10a

Itan Michael:

Michael gbiyanju lati mu larada nikan, ṣugbọn o tẹriba. Nigbati o darapọ mọ ẹgbẹ awọn ọkunrin kan, o ri agbara ni ijakadi ti o pin.

Ìtàn Grace:

Grace ni awọn ọran igbẹkẹle. Ṣùgbọ́n díẹ̀díẹ̀, ó sọ̀rọ̀ sí àwùjọ àwọn obìnrin kan tí wọ́n di ọ̀nà ìgbésí ayé rẹ̀.

Òye Ìfọkànsìn:

Ijusile ya sọtọ, ṣugbọn imupadabọ n ṣẹlẹ ni agbegbe. A ko ṣe ọ lati ṣe igbesi aye nikan.

Ailewu, awọn ibatan atilẹyin jẹ apakan ti ero iwosan Ọlọrun fun ọ.

Awọn ibeere Iṣanfani:

1. Ṣe o ni awọn eniyan ti o gbe ọ ga nipa ti ẹmi ati ti ẹdun?
2. Awọn igbesẹ wo ni o le ṣe lati kọ awọn isopọ oniwa-bi-Ọlọrun?

Ikede Adura:

Oluwa, mu mi lọ si awọn eniyan ti o tọ. Ran mi lọwọ lati wa ati ṣe itọju agbegbe ti o ṣe afihan ọkan rẹ. Wosan iberu isunmọ mi. Amin.

Iwe Iroyin Tọ:

Ṣe atokọ awọn eniyan ti o ṣe atilẹyin irin-ajo iwosan rẹ. Kọ ohun ti o dupẹ fun nipa wọn-tabi kọ adura fun awọn isopọ iwaju.

Awọn akọsilẹ:

ỌJỌ́ 25: Ìkéde Ogun Lórí Ìtìjú

Iwe-mimọ (NLT):

"Nitorina nisinsinyi ko si idalẹbi fun awọn ti iṣe ti Kristi Jesu." —Róòmù 8:1

Itan Michael:

Ohun tó ṣẹlẹ̀ sẹ́yìn Michael bà jẹ́ títí tó fi pariwo lọ́jọ́ kan pé, *"Èmi kọ́ ni mo jẹ́—èmi gan-an ló sọ pé èmi ni!"* Itiju ya kuro ni igbesi aye rẹ ni akoko yẹn.

Ìtàn Grace:

Grace wọ itiju bi awọ keji-titi o fi duro niwaju digi kan ti o sọ pe, *"Mo dariji ara mi."* Fun igba akọkọ, o ni ominira.

Òye Ìfọkànsìn:

Itiju sọ pe, *"Iwọ ko yẹ."* Ṣùgbọ́n Jésù sọ pé: *"A dárí jì yín, a nífẹ̀ẹ́ yín, a sì sọ yín di tuntun."*

O ko ni lati gbe ni itiju mọ. Agbelebu ni ọrọ ikẹhin.

Awọn ibeere Iṣanfani:

1. Awọn agbegbe wo ni igbesi aye rẹ ti o tun wuwo nipasẹ itiju?
2. Òtítọ́ wo ni Róòmù 8:1 polongo lórí yín?

Ikede Adura:

Jesu, Mo kọ itiju. Mo gba idariji at'ofe Re. A kò dá mi lẹ́bi—Mo mọ́, a yàn mí, mo sì pé nínú Rẹ. Amin.

Iwe Iroyin Tọ:

Kọ lẹta kan si ara rẹ ti o ti kọja-ti o kún fun ifẹ, oore-ọfẹ, ati idaniloju.

Awọn akọsilẹ:

ỌJỌ 26: Gbigba Idanimọ otitọ Rẹ

Iwe-mimọ (AMP):

"Ṣùgbọ́n ẹ̀yin jẹ́ ẹ̀yà àyànfẹ́, ẹgbẹ́ àlùfáà aládé, orílẹ̀-èdè tí a yà sọ́tọ̀, ènìyàn [àkànṣe] fún ohun ìní Ọlọ́run." —1 Pétérù 2:9.

Itan Michael:

Michael ti wọ ọpọlọpọ awọn aami-ikuna, ibanujẹ, aṣiṣe. Ṣugbọn ninu Kristi, o ṣe awari pe o jẹ ọba, kii ṣe idalẹnu.

Ìtàn Grace:

Grace ngbe labẹ awọn aami ti awọn miiran gbe sori rẹ. Àmọ́ nígbà tó fọwọ́ sí i pé ó jẹ́ ọmọ Ọlọ́run, ojú rẹ̀ yí padà.

Òye Ìfọkànsìn:

Ijusile gbiyanju lati lorukọ wa-ṣugbọn Ọlọrun ti tẹlẹ. O pe wa *ni ayanfẹ, olufẹ, gbogbo, Tirẹ.* Iwọ ko ti kọja rẹ. Iwọ kii ṣe ohun ti wọn sọ.

Iwọ ni ẹniti *O* sọ pe o jẹ.

Awọn ibeere Iṣanfani:

1. Awọn aami odi wo ni o ti gba nipa ara rẹ?
2. Kí ni Ọlọ́run sọ nípa ìdánimọ̀ rẹ?

Ikede Adura:

Baba, Mo kọ gbogbo idanimọ eke. Mo gba ẹni tí O sọ pé èmi jẹ́—olùfẹ́, àyànfẹ́, àti iyebíye. Je ki idamo mi ro ninu Re. Amin.

Iwe Iroyin Tọ:

Kọ ikede ẹni ti o jẹ ninu Kristi. Sọ ni ariwo ni owurọ kọọkan.

Awọn akọsilẹ:

ỌJỌ 27: Rin ni idariji

Iwe-mimọ (NLT):

"Ẹ fi ààyè sílẹ̀ fún àwọn àṣìṣe ọmọnìkejì yín... Ranti, Olúwa ti dáríjì yín, nítorí náà ẹ gbọ́dọ̀ dárí ji àwọn ẹlòmíràn." — Kólósè 3:13

Itan Michael:

Mikaeli ṣe kikoro si baba rẹ. Ṣugbọn nigbati o tu silẹ ni idariji, iwosan ni igbesi aye ara rẹ yara.

Ìtàn Grace:

Grace kọ lẹta kan si iya rẹ ti ko fi idi rẹ mulẹ rara. Bí ó tilẹ̀ jẹ́ pé kò fi í ránṣẹ́ rí, ìdáríjì kún inú ọkàn rẹ̀.

Òye Ìfọkànsìn:

Idariji kii ṣe idariji ipalara-o n yan ominira ju igbekun lọ. O ko le rin ni isọdọtun lakoko ti o n gbe awọn ẹwọn kikoro.

Idariji ni *fun o* .

Awọn ibeere Iṣanfani:

1. Mẹnu wẹ hiẹ gbẹ́ tindo nuhudo nado jonamẹ—na nugbo tọn?
2. Kini o ṣe idiwọ fun ọ lati jẹ ki o lọ?

Ikede Adura:

Oluwa, Mo yan lati dariji. Mo tu ipalara ati eniyan naa silẹ. Wo egbo mi san Bi mo ti ngboran si O. Fun mi ni ore-ọfẹ lati rin ni ominira. Amin.

Iwe Iroyin Tọ:

Kọ adura idariji si ẹnikan ti o ṣe ọ lara gidigidi.

Awọn akọsilẹ:

ỌJỌ́ 28: Lílépa Ète Pẹ̀lú Ìgboyà

Iwe-mimọ (NLT):

"Nítorí a jẹ́ ọ̀gá àgbà Ọlọ́run, ó ti dá wa lọ́tun nínú Kristi Jésù, kí a lè ṣe àwọn ohun rere tí ó ti pète fún wa." —Éfésù 2:10.

Itan Michael:

Michael ko ro pe Ọlọrun le lo oun. Ṣùgbọ́n ní báyìí, ó ń tọ́ àwọn ọ̀dọ́kùnrin láti àwọn ilé tí a fọ́—gẹ́gẹ́ bí ó ti rí nígbà kan rí.

Ìtàn Grace:

Grace ṣe ifilọlẹ ẹgbẹ atilẹyin kan fun awọn obinrin ti o ja ailabo. Irora rẹ di pẹpẹ rẹ.

Òye Ìfọkànsìn:

Olorun ko kan mu wa lara *da fun wa* . Ó mú wa lára dá, ká lè ran àwọn mìì lọ́wọ́. Imupadabọ rẹ ti sopọ mọ ti elomiran.

O jẹ *ẹni-ami-ororo fun ipa.*

Awọn ibeere Iṣanfani:

1. Kini ife gidigidi ti jade lati irora rẹ?
2. Bawo ni o ṣe le bẹrẹ lati sin awọn ẹlomiran pẹlu itan rẹ?

Ikede Adura:

Baba, lo irin ajo mi fun ogo Re. Fihan mi tani lati sin ati bawo. Jeki aye mi tan pelu idi. Amin.

Iwe Iroyin Tọ:

Ṣe atokọ awọn ọna mẹta ti o kọja rẹ le ṣe iranlọwọ fun awọn miiran loni. Kini iwọ yoo ṣe ni ọsẹ yii lati ṣiṣẹ lori ọkan?

Awọn akọsilẹ:

ỌJỌ́ 29: Gbígbé Gbogbo Èèyàn Tí Kò Ṣọ́

Iwe-mimọ (AMP):

"Ìwọ yóò sì máa ṣọ́ ọ, ìwọ yóò sì pa á mọ́ ní àlàáfíà pípé àti ìgbà gbogbo, ẹni tí ọkàn rẹ̀ dúró tì ọ́." — Aísáyà 26:3.

Itan Michael:

Michael lo lati ijaaya nigbati o kọ. Bayi, ijusile yipo kuro lori rẹ-idanimọ rẹ ti wa ni anchored ju lati wa ni gbe.

Ìtàn Grace:

Oore-ọfẹ ko tun ṣe okunfa nipasẹ ikọsilẹ. O mọ pe o wa ni aabo ninu Ọlọrun, ati pe alaafia ko le ṣe ji.

Òye Ìfọkànsìn:

Odidi kii ṣe pipe. Alaafia ni iji. Nigbati o ba ti fidimule ninu Kristi, ijusile le kanlu-ṣugbọn kii yoo tu ọ tu.

O ti wa ni odindi. O ko le mì.

Awọn ibeere Işanfani:

1. Kini ipo kan ti o ti mi ọ lẹnu tẹlẹ, ṣugbọn ko ṣe mọ?
2. Kini oran rẹ nigbati igbesi aye ko duro?

Ikede Adura:

Oluwa, mo gba odidi Re. Je k'alafia Re pa okan at'okan mi mo. Mu mi leti ninu Re. Amin.

Iwe Iroyin Tọ:

Kọ nipa bii o ti yipada lati Ọjọ 1 ti irin-ajo yii.

Awọn akọsilẹ:

ỌJỌ́ 30: Wọ́n fiṣẹ́ láti mú àwọn ẹlòmíràn lára dá

Iwe-mimọ (NLT):

"Ó ń tù wá nínú nínú gbogbo wàhálà wa kí a lè tu àwọn ẹlòmíràn nínú." —2 Kọ́ríńtì 1:4

Itan Michael:

Michael ko ro pe o jẹ olori. Ṣugbọn nisisiyi o ajo pínpín bi Ọlọrun aláìsan ọkàn bi tirẹ.

Ìtàn Grace:

Oore-ọfẹ nyorisi awọn ipadasẹhin fun iwosan awọn obinrin lati ibalokanjẹ. Àpá rẹ̀ di ìpè mímọ́ rẹ̀.

Òye Ìfọkànsìn:

Eyi kii ṣe opin-o jẹ ibẹrẹ. Irin-ajo imupadabọsipo rẹ jẹ *iṣẹ-iranṣẹ rẹ ni bayi* . O *ti pè ọ* , *ní ìmúrasílẹ̀* , o sì *ti rán ọ* .

O jẹ ohun elo iwosan.

Awọn ibeere Iṣanfani:

1. Tani o nilo lati gbọ itan rẹ ni bayi?
2. Kini iwọ yoo ṣe pẹlu iwosan ti o ti gba?

Ikede Adura:

Baba, O seun fun mimu-pada sipo. Mo gba ipe Re. Ṣe mi ni imọlẹ ati ohun elo ireti fun awọn miiran ti o wa ninu okunkun. Amin.

Iwe Iroyin Tọ:

Kọ "lẹta ifasilẹ" lati ọdọ Ọlọrun. Kini O n pe e lati se lati ibi?

Awọn akọsilẹ:

Ipari: Lati Imupadabọ si Idi

O ti wa ọna pipẹ. Ní ọgbọ̀n ọjọ́ sẹ́yìn, o bẹ̀rẹ̀ ìrìn àjò yìí ní gbírù ìkọ̀sílẹ̀—àwọn ọgbẹ́ kan tútù, àwọn mìíràn sin jìn lábẹ́ àwọn ọdún ìdákẹ́jẹ́ẹ́. Ṣùgbọ́n lójoojúmọ́, òtítọ́ nípa òtítọ́, o ti dojú kọ ìrora náà, o ti ṣí ọkàn rẹ̀ sílẹ̀, o sì ké sí Ọlọ́run láti wo ohun tí ó ti bàjẹ́ sàn.

Bayi, ohun kan ti yipada. A ko ṣe alaye rẹ mọ nipasẹ ijusile — o ti samisi nipasẹ **irapada** .

fẹ́ràn yín —kì í ṣe nítorí ohun tí ẹ ti ṣe, ṣùgbọ́n fún ẹni tí ẹ̀yin jẹ́ nínú Kristi. A
ti yàn ọ́ —Ọlọ́run ló yàn ọ́ fún irú àkókò bẹ́ẹ̀.
O ti wa **ni odindi** - ti a mu pada lati inu, ko tun jẹ ẹlẹwọn si ohun ti o ti kọja.

Ṣùgbọ́n èyí kì í ṣe òpin— **èyí ni ìbẹ̀rẹ̀ tuntun yín.**

Bi o ṣe nlọ sinu akoko atẹle ti igbesi aye rẹ, jẹ ki o rin pẹlu igbẹkẹle isọdọtun, mimọ ti ẹmi, ati alaafia ti ko ṣiyemeji. Jẹ ki awọn aleebu rẹ di ẹri rẹ. Jẹ ki irora rẹ jẹ idi rẹ. Jẹ ki Ọlọrun kanna ti o mu ọ larada ni bayi lo iwọ bi ohun elo iwosan fun awọn miiran.

O ti gba iwosan lati di alarapada.

Tẹsiwaju ninu Ọrọ naa. Duro ni agbegbe. Tẹle si ipe rẹ. Awọn igbesi aye ṣi wa nduro ni apa keji ti igbọràn rẹ. O ti tọ́ ìmúpadàbọ̀sípò wò—nísinsìnyí gbé inú rẹ̀, dàgbà nínú rẹ̀, kí o sì ṣàjọpín rẹ̀ pẹ̀lú ayé.

Lati ijusile to atunse. Lati fọ si odindi. Lati iwalaaye si idagbasoke.
Eyi ni itan rẹ ni bayi.

Pelu gbogbo okan wa,
Sakaraya Godseagle ; Ambassador Monday O. Ogbe & Comfort Ladi Ogbe
God's Eagle Ministries – GEMs
www.otakada.org

Olufẹ, Ti yan ati Gbogbo: Irin-ajo Ọjọ 30-Ọjọ lati Ijusilẹ si Imupadabọ

BI A SE LE BI NIPA BILLY GRAHAM

Bí A Ṣe Lè Tun Sọji

Nipa Billy Graham

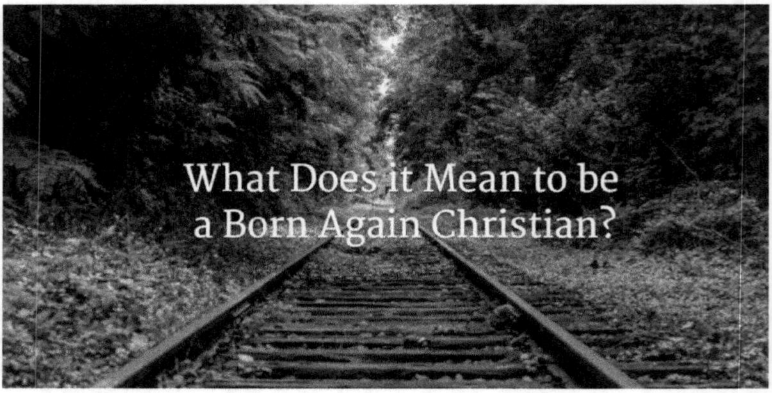

Dawe de he nọ yin Nikodemi wá Jesu dè to zánmẹ. Bóyá ó ń bẹ̀rù àríwísí tàbí ó fẹ́ láti bá a sọ̀rọ̀ ní ìkọ̀kọ̀, tàbí bóyá ó fẹ́ mọ púpọ̀ sí i kó tó fi ara rẹ̀ lé Jésù Kristi lọ́wọ́. Bó ti wù kó rí, ó wá, ó sì bi Jésù láwọn ìbéèrè kan.

Jésù wò ó ó sì wí pé, "Nikodémù, ìwọ nílò láti di àtúnbí" (Cf. Jòhánù 3:5). Na nugbo tọn, e dọ dọ, "Na nugbo tọn, nugbo tọn"—podọ whedepopenu he Jesu yí hogbe enẹ zan, e dọ dọ nuhe dona hodo yin nujọnu taun. Ó sọ pé, "Lóòótọ́, lóòótọ́ ni mo wí fún ọ… a kò lè tún yín bí" (Johannu 3:5,7, KJV).

Nje o tun bi? **Pe ni iyipada, pe ni ifaramọ, pe ironupiwada** , pe o ni igbala, ṣugbọn o ti ṣẹlẹ si ọ? Kristi ha ngbe inu ọkan rẹ bi? Ṣe o mọ ọ? Ọpọlọpọ eniyan ti ronu fun igba pipẹ nipa ẹsin ati Kristiẹniti sibẹsibẹ wọn ko ṣe adehun rara. Ṣe o fi ara rẹ fun Jesu Kristi?

Ó dájú pé ẹnu yà Nikodémù nígbà tí Jésù sọ pé, "A gbọ́dọ̀ tún ọ bí." Kì yóò dà bí ìyàlẹ́nu bí Kristi bá sọ bẹ́ẹ̀ fún Sákéù agbowó orí tàbí fún olè lórí àgbélébùú tàbí fún obìnrin tí a mú nínú panṣágà. Ṣùgbọ́n Nikodémù jẹ́ ọ̀kan lára àwọn aṣáájú ìsìn ńlá nígbà ayé rẹ̀. Síbẹ̀, ó ń wá òtítọ́ kiri.

O le lọ si ile ijọsin, ṣugbọn boya o tun n wa. Ibi ti o ṣofo wa ninu ọkan rẹ, ohun kan si wa ninu sọ fun ọ pe iwọ ko ni ẹtọ pẹlu Ọlọrun gaan. Nikodémù gbààwẹ̀ ọjọ́ méjì lọ́sẹ̀. Ó máa ń lo wákàtí méjì lójoojúmọ́ nínú àdúrà. Ó gba ìdámẹ́wàá. Naegbọn Jesu do dọ dọ Nikodemi dona yin vivọji? Nitori O le ka okan Nikodemu. Jésù rí i pé Nikodémù ti fi ìsìn bo ara rẹ̀ ṣùgbọ́n kò tíì rí ìrẹ́pọ̀ pẹ̀lú Ọlọ́run.

Gbòǹgbò Ìṣòro Wa

Kí ló ń fa gbogbo wàhálà tá a wà nínú ayé—ìyẹn irọ́ pípa àti jíjẹ́ ẹlẹ́tàn, ìkórìíra àti ẹ̀tanú àti àìdọ́gba láwùjọ àti ogun? Jesu wipe, "Ṣugbọn ohun wọnni ti o ti ẹnu jade wá lati inu ọkàn wá, nwọn a si sọ enia di alaimọ́" (Matteu 15:18). O ni isoro wa ninu okan wa; ọkàn wa ní láti yí padà.

Awọn onimọ-jinlẹ, awọn onimọ-jinlẹ ati awọn onimọ-jinlẹ gbogbo mọ pe ohun kan wa ti ko tọ si ọmọ eniyan. Ọ̀pọ̀lọpọ̀ ọ̀rọ̀ nínú Ìwé Mímọ́ ṣàpèjúwe rẹ̀.

Lára wọn ni ọ̀rọ̀ **ìrékọjá** : "Ẹ̀ṣẹ̀ ni ìrékọjá òfin" (1 Jòhánù 3:4, KJV). Ofin wo? Òfin Mósè, Òfin Mẹ́wàá. Njẹ o ti ṣẹ ọkan ninu awọn ofin wọnyẹn ri bi? Lẹhinna o jẹbi pe o ṣẹ gbogbo wọn (Jakọbu 2: 10).

Ọrọ ẹṣẹ gbe pẹlu rẹ ero ti sisọnu ami naa, ti o kuru iṣẹ wa, ikuna lati ṣe ohun ti o yẹ ki a ṣe. Bíbélì sọ pé: "Gbogbo àìṣòdodo ni ẹ̀ṣẹ̀" (1 Jòhánù 5:17 , KJV). Ati pe sibẹsibẹ ki a to le de ọrun, a gbọdọ ni ododo. Ọlọ́run sọ pé, "Jẹ́ pípé gẹ́gẹ́ bí èmi ti pé, mímọ́ bí èmi ti jẹ́ mímọ́" (Mátíù 5:48, 1 Pétérù 1:16).

Nibo ni a yoo gba pipe yẹn? A ko ni ni bayi, sibẹ a ko le de ọrun ti a ko ba ni. Ìdí nìyí tí Kristi fi kú lórí àgbélébùú; O ta eje Re sile O si tun dide lati pese ododo fun wa.

Ọrọ miiran jẹ **aiṣedede** , eyiti o tumọ si lati yipada kuro ni ọna titọ. Isaiah wipe, "Gbogbo wa li o ti ṣáko lọ bi agutan: awa ti yipada, olukuluku si ọ̀na tirẹ̀: Oluwa si ti fi ẹ̀ṣẹ gbogbo wa le e lori" (Isaiah 53:6).

Bíbélì sọ pé, "Nítorí náà, gan-an gẹ́gẹ́ bí ẹ̀ṣẹ̀ ti tipasẹ̀ ènìyàn kan wọ ayé, àti ikú nípasẹ̀ ẹ̀ṣẹ̀ . . . Gbogbo eniyan nilo iyipada nla. A ní láti rí ìdáríjì ẹ̀ṣẹ̀ wa; a nilo lati wa ni aṣọ ni ododo Ọlọrun. Lati wa imuse ni igbesi aye yii a nilo lati wa nkan lati fi ara wa si. Ṣe o jẹ eniyan olufaraji bi? Kini o ṣe ileri si? Kilode ti o ko fi Kristi ṣe idi rẹ ki o si tẹle Rẹ? Oun ko ni jẹ ki o rẹwẹsi.

Ibi Tuntun

Diẹ ninu awọn eniyan beere ibeere naa: Kini ibimọ tuntun? Nikodémù tún béèrè ìbéèrè yẹn pé: "Báwo ni a ṣe lè bí ènìyàn nígbà tí ó bá dàgbà?" Ó fẹ́ lóye rẹ̀.

Oko ibi ifunwara ni won bi mi si. Báwo ni màlúù dúdú ṣe lè jẹ koríko tútù tí yóò sì mú wàrà funfun àti bọ́tà ọ̀wàdà jáde? Oro yen ko ye mi. Mo le sọ pe, "Nitori pe emi ko loye rẹ, Emi kii yoo mu wara mọ." Ati pe iwọ yoo sọ pe, "O ti ya were."

Nko ye mi, sugbon mo gba nipa igbagbo. Nikodemu le nikan ri ti ara ati ti ohun elo, ṣugbọn Jesu n sọrọ nipa ti ẹmi.

Báwo ni ìbí tuntun ṣe ṣẹ? A ko le jogun ibi titun. Bíbélì sọ pé àwọn tí a tún bí "a kò bí, kì í ṣe nípasẹ̀ ẹ̀jẹ̀, tàbí ìfẹ́ ti ara, tàbí nípa ìfẹ́ ènìyàn, bí kò ṣe láti ọ̀dọ̀ Ọlọ́run." (Jòhánù 1:13). Àwọn bàbá àti ìyá wa lè jẹ́ Kristẹni àtúnbí tó tóbi jù lọ lágbàáyé, ṣùgbọ́n ìyẹn kò sọ wá di Kristẹni tí a tún bí, pàápàá. Ọ̀pọ̀ èèyàn ló ní èrò náà pé torí pé wọ́n bí wọn sí ilé Kristẹni, wọ́n jẹ́ Kristẹni lóòótọ́. Wọn kii ṣe.

A ko le ṣiṣẹ ọna wa si Ọlọrun, boya. Bíbélì sọ pé ìgbàlà ń bọ̀ "kì í ṣe nípa iṣẹ́ òdodo tí àwa ti ṣe, ṣùgbọ́n gẹ́gẹ́ bí àánú rẹ̀, ó gbà wá là, nípa ìwẹ̀ àtúnbí àti ìtúndi tuntun ti Ẹ̀mí Mímọ́" (Títù 3:5).

Tabi atunṣe ko to. A lè sọ pé, "Èmi yóò yí ewé tuntun padà," tàbí "Èmi yóò ṣe àwọn ìpinnu Ọdún Tuntun." Ṣugbọn Isaiah sọ pe niwaju Ọlọrun "gbogbo ododo wa dabi akisa ẹlẹgbin" (Isaiah 64:6).

Diẹ ninu wa ti yipada ni ita lati ni ibamu pẹlu awọn iṣedede awujọ tabi ihuwasi ti a nireti lati ọdọ wa ninu awọn ijọsin wa, ṣugbọn ni isalẹ inu a ko yipada rara. Ohun tí Jésù ń sọ fún Nikodémù nìyẹn. Ó ní, "Nikodémù, ìwọ nílò ìyípadà inú," Ẹ̀mí Mímọ́ nìkan ló sì lè ṣe bẹ́ẹ̀. Jije lati oke wa jẹ iṣe ti Ọlọrun. Ẹ̀mí mímọ́ dá wa lẹ́bi ẹ̀ṣẹ̀ wa; Ó ń dà wá láàmú torí pé a ti ṣẹ̀ sí

Ọlọ́run. Ati lẹhinna Ẹmi Mimọ sọ wa di atunbi. Ìgbà yẹn gan-an ni a tún bí. Emi Mimo wa lati gbe ninu okan wa lati ran wa lowo ninu aye wa ojoojumo. Ẹ̀mí Ọlọ́run ń fún wa ní ìdánilójú, ó ń fún wa láyọ̀, ó ń so èso nínú ìgbésí ayé wa ó sì ń kọ́ wa ní Ìwé Mímọ́.

Àwọn kan máa ń gbìyànjú láti fara wé Kristi. Wọ́n rò pé gbogbo ohun tá a ní láti ṣe ni pé ká gbìyànjú láti tẹ̀ lé Jésù ká sì máa gbìyànjú láti ṣe àwọn ohun tó ṣe, a ó sì lọ sí ọ̀run. Sugbon a ko le se o. A le mọ awọn orin ẹsin. A le paapaa gbadura. Ṣùgbọ́n bí a kò bá ti dé ẹsẹ̀ àgbélébùú, a kò tíì tún wa bí. Iyẹn ni ifiranṣẹ ti Jesu n gbiyanju lati kọ wa.

Àtúnbí túmọ̀ sí pé “[Ọlọ́run] yóò fún ọ ní ọkàn tuntun, yóò sì fi ẹ̀mí tuntun sínú rẹ” (Ìsíkíẹ́lì 36:26). “Àwọn ohun àtijọ́ ti kọjá lọ, kíyè sí i, ohun gbogbo ti di tuntun” (2 Kọ́ríńtì 5:17). A jẹ́ “alájọpín nínú ìwà àtọ̀runwá” (2 Pétérù 1:4); a ti “rekọja kuro ninu iku sinu iye” (Johannu 5:24). Ìbí tuntun ń mú ìyípadà wá nínú ìmọ̀ ọgbọ́n orí àti ọ̀nà ìgbésí ayé wa.

Ohun ijinlẹ naa

Ohun ijinlẹ kan wa si ibi tuntun. Jésù sọ pé: “Ẹ̀fúùfù a máa fẹ́ sí ibi tí ó wù ú, ẹ sì ń gbọ́ ìró rẹ̀, ṣùgbọ́n kò lè sọ ibi tí ó ti wá àti ibi tí ó ń lọ” (Jòhánù 3:8). Ṣugbọn o le rii abajade. Jésù kò gbìyànjú láti ṣàlàyé ìbí tuntun fún Nikodémù; Okan wa lopin ko le loye ailopin. A wa nipa igbagbọ bi ọmọde ti o rọrun, ati pe a ni igbagbọ ninu Jesu Kristi. Nigba ti a ba ṣe, a tun wa bi.

Ṣe o da ọ loju ti igbala rẹ?

O ṣẹlẹ ni ọna yii. Ni akọkọ a ni lati gbọ Ọrọ Ọlọrun. "Nípa ìgbọ́ràn ni ìgbàgbọ́ ti wá, àti gbígbọ́ nípa ọ̀rọ̀ Ọlọ́run" (Róòmù 10:17). Iyẹn jẹ igbesẹ akọkọ. " Ó dùn mọ́ Ọlọ́run nípasẹ̀ òmùgọ̀ iṣẹ́ ìwàásù láti gba àwọn tí ó gbàgbọ́ là" (1 Kọ́ríńtì 1:21). Ó dà bí òmùgọ̀ pé àwọn ọ̀rọ̀ inú Bíbélì ní agbára láti wọnú ọkàn wa kí wọ́n sì yí ìgbésí ayé wa padà, ṣùgbọ́n wọ́n ṣe bẹ́ẹ̀, nítorí pé wọ́n jẹ́ ọ̀rọ̀ mímọ́ Ọlọ́run.

Nigbana ni iṣẹ ti Ẹmí Mimọ wa. Ó dáni lẹ́bi: "Nígbà tí ó bá sì dé, yóò dá ayé lẹ́bi ẹ̀ṣẹ̀, àti ti òdodo, àti ti ìdájọ́" (Johannu 16:8). O yi wa pada. Ó yí ìfẹ́ wa, ìfẹ́ni wa, góńgó wa fún ìgbésí ayé àti ìrònú wa padà. O fun wa ni idi titun ati awọn afojusun titun. "Àwọn ohun àtijọ́ kọjá lọ, ohun gbogbo sì di tuntun" (2 Kọ́ríńtì 5:17). Lẹ́yìn náà ló ń gbé inú wa pé: "Ṣé ẹ kò mọ̀ pé tẹ́ńpìlì Ọlọ́run ni yín àti pé ẹ̀mí Ọlọ́run ń gbé inú yín?" Ọlọrun Ẹmi Mimọ n gbe inu rẹ bi?

Jésù Kristi sọ pé a gbọ́dọ̀ di àtúnbí. Báwo la ṣe lè di àtúnbí? Nipa ironupiwada ti ẹṣẹ. Ìyẹn túmọ̀ sí pé a fẹ́ yí ọ̀nà ìgbésí ayé wa pa dà. A sọ fún Ọlọrun pé, "Ese ni mi, ma binu." O rọrun ati bi ọmọde. Lẹhinna nipa igbagbọ ni a gba Jesu Kristi gẹgẹbi Oluwa ati Olugbala ati Olugbala wa. A ṣe tán láti tẹ̀ lé e nínú ìgbésí ayé tuntun ti ìgbọràn, nínú èyí tí Ẹ̀mí Mímọ́ ń ràn wá lọ́wọ́ bí a ṣe ń ka Bíbélì tí a sì ń gbàdúrà àti jẹ́rìí.

Bi iyemeji ba wa ninu ọkan rẹ boya a ti tun ọ bi, Mo nireti pe iwọ yoo yanju ni bayi, nitori Bibeli sọ ninu 2 Korinti 6: 2, "Bayi ni akoko itẹwọgbà;... [loni] ni ọjọ igbala."

"Ẹ̀ṣẹ̀ ni mí, kẹ́dùn.

Ṣe o ṣe aniyan nipa ọjọ iwaju? Ijakadi pẹlu ọrọ ti ara ẹni tabi ti ẹmi ti o nfa aibalẹ, aidaniloju tabi ibẹru nipa ọla? Ṣawakiri nipasẹ awọn dosinni ti awọn akọle ati awọn ibeere ki o bẹrẹ irin-ajo rẹ si igbesi aye alaafia diẹ sii ni bayi.

Nwa fun Idahun?

Ṣé Ọlọ́run ń fa ọkàn rẹ̀ mọ́ra? Ṣe o ṣetan fun alaafia gidi ati pipe ti o wa nipasẹ ibatan kan pẹlu Ọlọrun tootọ kan bi? Gbe igbesẹ si ọdọ Rẹ loni.

O Le Ni Alaafia Pẹlu Ọlọrun

Kí Ni Àlàáfíà?

Torí náà, ọ̀pọ̀ èèyàn ló ń tiraka fún ohun kan ju ohunkóhun mìíràn lọ—àlàáfíà. Idi ti wọn fi n wa a jẹ nitori pe ko si itunu pipẹ tabi ominira ninu igbesi aye wọn. O dabi pe wọn ko ni alaafia nigbagbogbo. Ọ̀nà mẹ́ta ọ̀tọ̀ọ̀tọ̀ ni Bíbélì ṣàlàyé àlàáfíà.

Àkóbá àkóbá, itunu laarin.
Alaafia ibatan, isokan laarin eda eniyan.
Alaafia ti ẹmi, eyiti o wa laarin Ọlọrun ati eniyan.

Bíbélì sọ bí ẹ̀ṣẹ̀ ṣe ń bà á jẹ́ tàbí kó nù àlàáfíà oríṣi mẹ́tẹ̀ẹ̀ta nù. Nígbà tí Ọlọ́run dá èèyàn, ó wà ní àlàáfíà pẹ̀lú Ọlọ́run, òun fúnra rẹ̀, àti gbogbo èèyàn. Àmọ́ ṣá o, àlàáfíà yẹn pàdánù nígbà tó kẹ̀yìn sí Ọlọ́run. Alaafia le tun pada, ṣugbọn a ko le ṣe nikan. Olorun pese ona kan.

Jesu Kristi, Ọmọkunrin kanṣoṣo ti Ọlọrun, ni a fi ranṣẹ si aye wa lati mu awọn ẹṣẹ wa lọ. Ó ṣe bẹ́ẹ̀ nípa jíjẹ́ kí wọ́n kàn án mọ́ àgbélébùú, àti pé ẹbọ yẹn ló mú kó ṣeé ṣe fún wa láti tún ní àlàáfíà—àlàáfíà nínú ara wa, àlàáfíà pẹ̀lú ara wa àti àlàáfíà pẹ̀lú Ọlọ́run.

Lẹ́yìn ikú Jésù lórí àgbélébùú, ó jí dìde. Iyẹn ṣe afihan Jesu ni Ọlọrun, ṣugbọn tun jẹ ki o han gbangba pe Oun nfẹ fun gbogbo eniyan lati ni alaafia pipe. "Nitori on tikararẹ̀ ni alaafia wa,... o si wa, o si wasu alaafia fun ẹyin ti o wa ni ọna jijinna ati alaafia fun awọn ti o sunmọ" (Efesu 2:14-17).

Jesu fun olukuluku wa ni agbara lati bori gbogbo iru ẹṣẹ. Bí ó ti wù kí ipò rẹ ṣe le tó, Kristi lè gba ibẹ̀ já. Ṣugbọn o gbọdọ kọkọ jẹwọ ẹṣẹ rẹ ki o si ṣe si Jesu, lẹhinna o le ni alaafia pipe ki o mọ itumọ rẹ.

Jesu wipe, "Emi ti wi gbogbo eyi fun nyin ki enyin ki o le ni alafia ninu mi" (Johannu 16:33). Lati ni alaafia, o gbọdọ mọ Ẹniti o le fun ni.

Ṣe O Ṣetan Fun Alaafia ti Jesu Nfilọ?

Awọn ifunni ti nlọ siwaju fun mimọ siwaju ati bẹrẹ igbesi aye tuntun rẹ ninu Jesu Kristi Ni isalẹ:

BERE AYE TITUN PELU KRISTI

Iwọ le ni alaafia gidi, ti o duro pẹ titi loni nipasẹ ibatan kan pẹlu Jesu Kristi. Bẹrẹ irin-ajo-igbesẹ mẹrin rẹ ni bayi!

Igbesẹ 1 – Idi Ọlọrun: Alaafia ati Iye

Ọlọ́run nífẹ̀ẹ́ rẹ ó sì fẹ́ kí o ní ìrírí àlàáfíà àti ìyè àìnípẹ̀kun—ọ̀pọ̀lọpọ̀ àti ayérayé.
Bíbélì sọ pé:

"A ni alafia pẹlu Ọlọrun nipasẹ Oluwa wa Jesu Kristi."
Róòmù 5:1

"Nítorí Ọlọ́run fẹ́ aráyé tó bẹ́ẹ̀ gẹ́ẹ́, tí ó fi Ọmọ bíbí rẹ̀ kan ṣoṣo fúnni, kí ẹnikẹ́ni tí ó bá gbà á gbọ́ má bàa ṣègbé, ṣùgbọ́n kí ó lè ní ìyè àìnípẹ̀kun."
Johanu 3:16

"Èmi [Jésù] wá kí wọ́n lè ní ìyè, kí wọ́n sì ní í lọ́pọ̀ yanturu."
Jòhánù 10:10

Kilode ti ọpọlọpọ eniyan ko ni alaafia ati igbesi-aye lọpọlọpọ ti Ọlọrun gbero fun wa lati ni?

Igbesẹ 2 – Iṣoro naa: Ẹṣẹ Yapa Wa

Ọlọrun dá wa ní àwòrán ara rẹ̀ láti ní ìyè lọpọlọpọ. Oun ko ṣe wa bi awọn roboti lati nifẹ laifọwọyi ati gbọràn si Rẹ. Ọlọrun fun wa ni ifẹ ati ominira yiyan. A yàn láti ṣàìgbọràn sí Ọlọ́run kí a sì lọ ní ọ̀nà tiwa fúnra wa. A tun ṣe yiyan yii loni. Èyí yọrí sí ìyapa kúrò lọ́dọ̀ Ọlọ́run.
Bíbélì sọ pé:

"Nitori gbogbo eniyan ti ṣẹ, nwọn si kuna ogo Ọlọrun."
Róòmù 3:23

"Nítorí ikú ni èrè ẹ̀ṣẹ̀, ṣùgbọ́n ẹ̀bùn ọ̀fẹ́ ti Ọlọ́run ni ìyè àìnípẹ̀kun nínú Kristi Jésù Olúwa wa."
Róòmù 6:23

Yiyan wa yọrisi ipinya kuro lọdọ Ọlọrun. Awọn eniyan ti gbiyanju ni ọpọlọpọ awọn ọna lati di aafo yii laarin ara wọn ati Ọlọrun...
Bibeli sọ pe:

"Ọ̀nà kan wà tí ó dàbí ẹni pé ó tọ́ lójú ènìyàn, ṣùgbọ́n òpin rẹ̀ ni ọ̀nà ikú."
Òwe 14:12

"Ṣugbọn ẹ̀ṣẹ̀ yín ti ya ara yín sọ́tọ̀ láàrin ẹ̀yin ati Ọlọrun yín, ẹ̀ṣẹ̀ yín sì ti fi ojú rẹ̀ pamọ́ fún yín kí ó má baà gbọ́."
Aísáyà 59:2

Ko si Afara to de ọdọ Ọlọrun... ayafi ọkan.

Igbesẹ 3 – Atunse Ọlọrun: Agbelebu

Jesu Kristi ku lori agbelebu O si jinde kuro ni ibojì. Ó san gbèsè ẹ̀ṣẹ̀ wa, ó sì tún àlàfo tí ó wà láàárín Ọlọ́run àti ènìyàn di.
Bíbélì sọ pé:

"Nítorí Ọlọ́run kan ni ń bẹ, alárinà kan sì ń bẹ láàárín Ọlọ́run àti ènìyàn, ọkùnrin náà Kristi Jésù."
1 Tímótì 2:5

"Nítorí Kristi pẹ̀lú jìyà lẹ́ẹ̀kan fún ẹ̀ṣẹ̀, olódodo fún àwọn aláìṣòdodo, kí ó lè mú wa wá sọ́dọ̀ Ọlọ́run."
1 Pétérù 3:18

***"Ṣùgbọ́n Ọlọ́run fi ìfẹ́ Rẹ̀ hàn sí wa ní ti pé nígbà tí àwa ṣì jẹ́ ẹlẹ́ṣẹ̀, Kristi kú fún wa."*
*Róòmù 5:8***

Ọlọrun ti pese ọna kan ṣoṣo... Olukuluku gbọdọ yan yiyan...

Igbesẹ 4 – Idahun wa: Gba Kristi

A gbọ́dọ̀ gbẹ́kẹ̀ lé Jésù Krístì gẹ́gẹ́ bí Olúwa àti Olùgbàlà kí a sì gbà á nípasẹ̀ ìpè ti ara ẹni.
Bíbélì sọ pé:

***Kiyesi i, emi duro li ẹnu-ọ̀na, mo si kànkun: bi ẹnikan ba gbọ́ ohùn mi, ti o si ṣí ilẹkun, emi o wọle tọ̀ ọ wá, emi o si ba a jẹun, ati on pẹlu mi.*
*Ìṣípayá 3:20***

***"Ṣùgbọ́n gbogbo àwọn tí ó gbà á, tí wọ́n gba orúkọ rẹ̀ gbọ́, ó fi ẹ̀tọ́ láti di ọmọ Ọlọ́run."*
*Johanu 1:12***

***"Bí ìwọ bá fi ẹnu rẹ jẹ́wọ́ pé Jésù ni Olúwa, tí o sì gbàgbọ́ nínú ọkàn rẹ pé Ọlọ́run jí i dìde kúrò nínú òkú, a ó gbà ọ́ là."*
*Róòmù 10:9***

Ṣe iwọ yoo gba Jesu Kristi ni bayi?

Eyi ni bi o ṣe le gba Kristi:

Jẹwọ iwulo rẹ. (Elese ni mi.)

Ṣetan lati yipada kuro ninu awọn ẹṣẹ rẹ (ronupiwada) ki o beere fun idariji Ọlọrun.

Gbagbọ pe Jesu Kristi ku fun ọ lori agbelebu ati pe o jinde lati inu iboji. Nipa adura, pe Jesu Kristi lati wọle ati ṣakoso aye rẹ nipasẹ Ẹmi Mimọ. (Gba Jesu bi Oluwa ati Olugbala) A daba adura bi eyi:

"Oluwa mi, mo mo pe elese ni mi, Mo fe yipada kuro ninu ese mi, mo si bere idariji re, Mo gbagbo pe Jesu Kristi ni Omo re, Mo gbagbo pe O ku fun ese mi ati pe O ji dide, Mo fe ki o wa sinu okan mi ki o si gba akoso aye mi, Mo fe ki o gbekele Jesu gege bi Olugbala mi, ki n si ma tele bi Oluwa mi lati oni lo." Ni oruko Jesu.

Njẹ o gbadura lati gba Jesu Kristi ki o bẹrẹ ibasepọ pẹlu rẹ?

Bẹẹni, Mo gbadura

Rara, sugbon mo ni ibeere

Gbe si atẹle fun alaye diẹ sii

Itan Igbala - Adura Igbala - Adura Igbala - Ibaraẹnisọrọ Gidi akọkọ wa pẹlu Ọlọrun

"Adura igbala" ni adura pataki julọ ti a yoo gbadura lailai. Nigba ti a ba ṣetan lati di Onigbagbọ, a ti ṣetan lati ni ibaraẹnisọrọ gidi akọkọ pẹlu Ọlọrun, iwọnyi si ni awọn ẹya ara rẹ:

- A jẹwọ pe Jesu Kristi ni Ọlọrun; pé Ó wá sí ayé gẹ́gẹ́ bí ènìyàn láti gbé ìgbé ayé àìlẹ́ṣẹ̀ tí a kò lè gbé; pé ó kú ní ipò wa, kí a má baà san gbèsè tí ó tọ́ sí wa.
- A jẹwọ igbesi aye ẹṣẹ wa ti o kọja - gbigbe fun ara wa ati pe a ko gboran si Ọlọrun.
- A jẹwọ pe a ti ṣetan lati gbẹkẹle Jesu Kristi gẹgẹbi Olugbala ati Oluwa wa.
- A bère lọwọ Jesu lati wa sinu ọkan wa, gbe ibugbe nibẹ, ki o si bẹrẹ gbigbe nipasẹ wa.

Adura Igbala - O Bẹrẹ pẹlu Igbagbọ ninu Ọlọhun

Nigba ti a ba gbadura adura igbala, a n jẹ ki Ọlọrun mọ pe a gbagbọ pe Ọrọ Rẹ jẹ otitọ. Nipa igbagbọ́ ti O fun wa, a yan lati gbagbọ ninu Rẹ. Bíbélì sọ fún wa pé: " *Láìsí ìgbàgbọ́, kò ṣeé ṣe láti wù ú, nítorí ẹni tí ó bá wá sọ́dọ̀ Ọlọ́run gbọ́dọ̀ gbàgbọ́ pé ó ń bẹ, àti pé òun ni olùsẹ̀san fún àwọn tí ń fi taratara wá a* ." (Hébérù 11:6).

Nítorí náà, nígbà tí a bá gbàdúrà, tí a béèrè lọ́wọ́ Ọlọ́run fún ẹ̀bùn ìgbàlà, a ń lo òmìnira ìfẹ́-inú wa láti jẹ́wọ́ pé a gbàgbọ́ nínú Rẹ̀. Ìfihàn ìgbàgbọ́ yẹn mú inú Ọlọ́run dùn, nítorí a ti yàn láti mọ̀ ọ́n.

Adura Igbala – Ijewo Ese wa

Nigba ti a ba gbadura adura igbala, a ngba pe a ti ṣẹ. Bi Bibeli ti wi nipa gbogbo eniyan, la Kristi nikansoso: " *Nitori gbogbo enia li o ti ṣẹ̀, nwọn si kuna ogo Ọlọrun* " (Romu 3:23).

Lati ṣẹ jẹ lasan lati kuna ami naa, bi ọfa ti ko kan oju akọmalu. Ògo Ọlọ́run tí a kùnà rẹ̀ wà nínú Jésù Kristi nìkan: " *Nítorí Ọlọ́run tí ó pàṣẹ pé kí ìmọ́lẹ̀ tàn láti inú òkùnkùn, ẹni tí ó ti tàn nínú ọkàn wa láti fi ìmọ́lẹ̀ ìmọ́lẹ̀ ògo Ọlọ́run hàn ní ojú Jésù Kírísítì* " (2 Kọ́ríńtì 4:6).

Àdúrà ìgbàlà, nígbà náà, mọ̀ pé Jésù Kristi ni ẹ̀dá ènìyàn kan ṣoṣo tí ó tíì gbé láìsí ẹ̀ṣẹ̀ rí. " *Nitori ẹniti kò mọ̀ ẹ̀ṣẹ̀ li o fi ṣe ẹ̀ṣẹ fun wa, ki awa ki o le di ododo Ọlọrun ninu rẹ̀* " (2 Korinti 5:21).

Adura Igbala – Sisọ Igbagbọ ninu Kristi gẹgẹbi Olugbala ati Oluwa

Pẹ̀lú Kristi gẹ́gẹ́ bí ọ̀pá ìdiwọ̀n pípé wa, a ti ń jẹ́wọ́ ìgbàgbọ́ nínú Rẹ̀ gẹ́gẹ́ bí Ọlọ́run nísinsìnyí, ní ìfohùnṣọ̀kan pẹ̀lú Àpọ́sítélì Jòhánù pé: " *Ní àtètèkọ́ṣe ni Ọ̀rọ̀ wà (Kristi), Ọ̀rọ̀ náà sì wà pẹ̀lú Ọlọ́run, Ọ̀rọ̀ náà sì jẹ́ Ọlọ́run, òun sì wà ní àtètèkọ́ṣe pẹ̀lú Ọlọ́run* .

Nítorí pé Ọlọ́run lè gba ẹbọ pípé, tí kò lẹ́ṣẹ̀, àti nítorí pé ó mọ̀ pé a kò lè ṣe èyí, ó rán Ọmọ rẹ̀ láti kú fún wa kí ó sì san iye ayérayé. " *Nítorí Ọlọ́run fẹ́ aráyé tó bẹ́ẹ̀ gẹ́ẹ́ tí ó fi fi Ọmọ bíbí rẹ̀ kan ṣoṣo fúnni, kí ẹnikẹ́ni tí ó bá gbà á gbọ́ má bàa ṣègbé, ṣùgbọ́n kí ó lè ní ìyè àìnípẹ̀kun* ." (Jòhánù 3:16).

Adura Igbala – Sọ & Tumọ O Bayi!

Ṣe o gba pẹlu ohun gbogbo ti o ti ka bẹ jina? Ti o ba ṣe bẹ, maṣe duro fun iṣẹju diẹ lati bẹrẹ igbesi aye tuntun rẹ ninu Jesu Kristi. Ranti, adura yii kii ṣe agbekalẹ idan. O kan n sọ ọkan rẹ han si Ọlọrun. Gbadura eyi pẹlu wa:

"Baba, mo mọ pe mo ti ṣẹ ofin rẹ ati awọn ẹṣẹ mi ti ya mi kuro lọdọ rẹ, Ma binu nitõtọ, ati nisisiyi Mo fẹ yipada kuro ninu igbesi aye ẹṣẹ mi atijọ si ọ, jọwọ dariji mi, ki o si ran mi lọwọ lati yago fun ẹṣẹ lẹẹkansi . Emi Mimo re lati ran mi lowo lati gboran si O, ati lati se ife Re fun iyoku aye mi ni oruko Jesu, Amin.

Adura Igbala – Mo ti gbadura; Bayi Kini?

Tí o bá ti gbàdúrà ìgbàlà yìí pẹ̀lú ìdánilójú àti ọkàn, o ti di ọmọlẹ́yìn Jésù báyìí. Eyi jẹ otitọ kan, boya tabi rara o lero eyikeyi ti o yatọ. Awọn eto ẹsin le ti jẹ ki o gbagbọ pe o yẹ ki o ni rilara nkankan - didan ti o gbona, tingle, tabi diẹ ninu awọn iriri aramada miiran. Otitọ ni, o le, tabi o le ma ṣe. Ti o ba ti gbadura adura igbala ti o si tumọ rẹ, o jẹ ọmọ-ẹhin Jesu ni bayi. Bibeli sọ fun wa pe igbala ayeraye rẹ wa ni aabo! " *Pe bi iwo ba fi enu re jewo Jesu li Oluwa, ti iwo si gbagbo li okan re pe Olorun ji dide kuro ninu oku, a o gba o la* " (Romu 10:9).

Kaabo si idile Ọlọrun! A gba ọ niyanju ni bayi lati wa ile ijọsin agbegbe nibiti o ti le ṣe baptisi ati dagba ninu imọ Ọlọrun nipasẹ Ọrọ Rẹ, Bibeli.

O tun le ṣabẹwo si aaye wa ni www.otakada.org ti yoo ṣe iranlọwọ fun ọ lati dagbasoke ati dagba ninu Kristi

Lilo ọna asopọ yii ni iwadii bibeli ti iṣawari lati ṣawari Jesu fun ararẹ https://www.otakada.org/dbs-dmm/

Irin ajo 40-ọjọ ọmọ-ẹhin

Tabi o le bẹrẹ irin-ajo ọjọ 40 ni iyara rẹ lori ayelujara nipasẹ ọna asopọ yii https://www.otakada.org/get-free-40-days-online-discipleship-course-in-a-journey-with-jesus/

Ti o ba nilo itọnisọna, fi imeeli ranṣẹ si info@otakada.org

Ki Oluwa faagun aye re ki o si fi ayo, alafia, ife ati isokan kun o ti Oun nikansoso le fun, amin

Ibeere fun o!

Alaye ti o pin loni, ṣe o ni oye si ọ? ti o ba ti bẹẹni, fun siwaju imọ.
Ti lọ siwaju, kini iwọ yoo ṣe yatọ? Ṣe ifaramo lati bẹrẹ lẹsẹkẹsẹ!

Ti o ba ni awọn ibeere ti o tẹle, lero ọfẹ lati kọ pada, pe tabi iwiregbe wa bi a ṣe gbẹkẹle pe Ẹmi Ọlọrun yoo fun awọn idahun ju oju inu rẹ lọ. A wa nibi lati pese ọ lati jẹ gbogbo ohun ti Ọlọrun pe ọ lati jẹ ati lati ṣe ni orukọ Jesu

Alafia!

Zakaria Godseagle ; Ambassador Monday O. Ogbe and
Comfort Ladi Ogbe
Olorun Eagle Ministries GEM
https://www.otakada.org
Ambassador@otakada.org

Awọn iwe miiran Ti a gbejade nipasẹ awọn onkọwe

Zakaria Godseagle

Prayer: The Mightiest Force in World : Mobilizing 10 million Intercessors for the NATIONS Kindle Edition

by Frank C. Laubach (Author), Zacharias Godseagle (Author) Format: **Kindle Edition**

4.7 5 ratings See all formats and editions

About the book - Prayer: The Mightiest Force in World - Mobilizing 10 million Intercessors for the NATIONS

Discover the transformative power of prayer in —***"Prayer: The Mightiest Force in the World - Mobilizing 10 million Intercessors for the NATIONS,"*** a compelling Christian nonfiction work urging readers to mobilize a movement of 10 million intercessors. This book, authored by **Frank C. Laubach and Zacharias Godseagle** emphasizes that prayer is a mighty force capable of changing lives, nations, and the world at large.

It challenges individuals to pray boldly and consistently for leaders, communities, and personal breakthrough, highlighting historical examples and testimonials of prayer's impact. With action plans, reflection questions, and journaling sections for individuals

https://www.amazon.com/Prayer-Mightiest-Mobilizing-million-Intercessors-ebook/dp/B0DYJYVKHT

Ambassador Monday O. Ogbe

Read sample

True Story of Thirty (30) Years SPIRITUAL TRAVEL Diary into the Spirit World: Perfect WORDS, Perfect WORKS, and Perfect WONDERS

Kindle Edition

by O Ogbe, Ambassador Monday (Author), Peter Tan (Author) Format: Kindle Edition

See all formats and editions

Hello Friends, God is constantly calling His children to the place of perfection. In the garden of Eden, He told our first parent to eat everything except one of the trees. They broke the perfection clause and were driven out of the garden. He told Noah to prepare the ark according to specification and fill it up according to instruction. He told Abraham to walk before Him and be perfect. He told Moses to build the ark of the covenant according to as shown him on the mountain. The perfection clause continued till Jesus time where Jesus said, "I do nothing except what I see my Father doing and He is still calling us today to the place of perfection.

https://www.amazon.com/Story-Thirty-SPIRITUAL-TRAVEL-Spirit-ebook/dp/B0C7YRVSWG

Akojọ kikun

https://www.amazon.com/s?k=Ambassador+Monday+O.+Ogbe&ref=nb_sb_noss

Oju-iwe onkọwe - https://www.amazon.com/stores/Ambassador-Monday-O.-Ogbe/author/B07MSBPFNX

Itunu Ladi Ogbe bi Amanda Daniel

Safeguarding Innocence: A Guide to Protecting Children from Predators Kindle Edition

by Amanda Daniel (Author) Format: Kindle Edition

5.0 ★★★★★ 5 ratings See all formats and editions

In a world where children's safety is a growing concern, Safeguarding Innocence serves as a crucial resource for parents and guardians. This comprehensive guide highlights the importance of awareness and proactive measures to protect children from various threats. It emphasizes open communication, education on safe boundaries, and online safety to equip kids with the tools they need to navigate potential dangers. The book also explores how to respond effectively to suspicious behaviors, the role of legislation, and the significance of community engagement. With sections dedicated to personal stories of resilience and strategies for fostering healthy relationships, this guide empowers caregivers to cultivate a safer environment. Combining practical advice with inspiring narratives, Safeguarding Innocence aims to create a united front against child predation, ensuring that both parents and children can thrive in a secure world.

https://www.amazon.com/Safeguarding-Innocence-Protecting-Children-Predators-ebook/dp/B0DJ5J31CW

https://www.amazon.com/s?k=Amanda+Daniel&crid=2ZF6MSTQ7W4Q0

www.ingramcontent.com/pod-product-compliance
Lightning Source LLC
LaVergne TN
LVHW051016051026
849532LV00004BA/1243
* 9 7 9 8 3 4 9 5 3 1 5 3 8 *